ഗ്രീൻ ബുക്സ്
അരങ്ങിലെ മത്സ്യഗന്ധികൾ
സജിത മഠത്തിൽ

നടി, സംവിധായിക, എഴുത്തുകാരി.
കോഴിക്കോട് ജില്ലയിൽ ജനനം.
വിദ്യാഭ്യാസം: നാടകാഭിനയത്തിൽ എം.എ.
(കൊൽക്കത്ത രബീന്ദ്ര ഭാരതി സർവകലാശാല),
എംഫിൽ (കോട്ടയം മഹാത്മാഗാന്ധി സർവ്വകലാശാല).
മുപ്പതിലധികം സിനിമകളിൽ അഭിനയിച്ചിട്ടുണ്ട്.
ജോയ്മാത്യു സംവിധാനം ചെയ്ത ഷട്ടറിൽ
മികച്ച രണ്ടാമത്തെ നടിക്കുള്ള സംസ്ഥാന അവാർഡ്
ലഭിച്ചു. മികച്ച ഡോക്യുമെന്ററിക്കുള്ള സംസ്ഥാന
അവാർഡുകൾ മൂന്നു തവണ ലഭിച്ചിട്ടുണ്ട്.
പി.കെ. മേദിനിയെക്കുറിച്ച് പി.ആർ.ഡിക്കുവേണ്ടി
സംവിധാനം ചെയ്ത 'മാറ്റത്തിന്റെ പാട്ടുകാരി'
ആണ് അവസാനം ചെയ്ത ഡോക്യുമെന്ററി.
മലയാള നാടക സ്ത്രീചരിത്രം (2010),
എം.കെ. കമലം (2010), അരങ്ങിന്റെ വകഭേദങ്ങൾ (2013)
എന്നിവയാണ് പ്രസിദ്ധീകരിച്ച മറ്റു കൃതികൾ.
'മലയാള നാടക സ്ത്രീചരിത്രം' എന്ന കൃതിക്ക്
സംഗീതനാടക അക്കാദമി അവാർഡ് ലഭിച്ചു.
കൈരളി ടിവിയിൽ പ്രൊഡ്യൂസർ, കേന്ദ്ര സംഗീത
നാടക അക്കാദമിയിൽ ഡെപ്യൂട്ടി സെക്രട്ടറി,
കേരള സംസ്ഥാന ചലച്ചിത്ര അക്കാദമിയിൽ
ഡെപ്യൂട്ടി ഡയറക്ടർ എന്നീ നിലകളിൽ പ്രവർത്തിച്ചു.
1986 മുതൽ നാടകരംഗത്ത് സജീവം.
ഇപ്പോൾ കെ.ആർ. നാരായണൻ നാഷണൽ ഫിലിം
ഇൻസ്റ്റിറ്റ്യൂട്ടിൽ അഭിനയ വകുപ്പിന്റെ മേധാവിയാണ്.

അരങ്ങിലെ മത്സ്യഗന്ധികൾ
(നാടകസമാഹാരം)

സജിത മഠത്തിൽ

ഗ്രീൻ ബുക്സ്

green books private limited
gb building, civil lane road, ayyanthole,
thrissur- 680 003, kerala, ph: +91 487-2381066, 2381039
website: www. greenbooksindia. com
e-mail: info@greenbooksindia. com

malayalam
arangile mathsyagandhikal
play collection
by
sajitha madathil

first published november 2018
copyright reserved

cover design : g. biju
photos : radhakrishnan, shobha menon, badushah,
ajith o., baburaj panoor, arun punalur, prasanth raveendran

branches:
thrissur 0487-2422515
palakkad 0491-2546162
thiruvananthapuram 0471-2335301
calicut 0495 4854662
kannur 0497-2763038

isbn : 978-93-87357-61-7

---

no part of this publication may be reproduced,
or transmitted in any form or by any means,
without prior written permission of the publisher.

GBPL/1042/2018

മുഖക്കുറി

ചലച്ചിത്രരംഗത്തും നാടകരംഗത്തും ഒരുപോലെ സജീവമായ സജിത മഠത്തിൽ, മലയാളത്തിലെ സ്ത്രീനാടക വേദിയുടെ സംഘാടക എന്ന നിലയിൽ രചിച്ച നാല് നാടകങ്ങൾ, സാമ്പ്രദായിക നാടകാവിഷ്കാരങ്ങളിൽ നിന്ന് ഭിന്നമായ വ്യക്തിത്വം ഉൾക്കൊള്ളുന്നു. പ്രമേയത്തിനും അരങ്ങിനും വ്യത്യസ്തമായ ഭാഷ നൽകിക്കൊണ്ട് ക്രിയാത്മകമായ സംവാദങ്ങൾ ഒരുക്കുന്നു.

കൃഷ്ണദാസ്
മാനേജിങ് എഡിറ്റർ

അമ്മയ്ക്ക്...

മുഖവുര

പതിനേഴു വർഷം - നാലു നാടകങ്ങൾ!

നാടകം എഴുതിത്തുടങ്ങിയത് അവിചാരിതമായാണ്. സൗത്ത് ആഫ്രിക്കയിലെ ജോഹന്നാസ്ബർഗിൽ വെച്ചു നടക്കുന്ന ഭൂഗോള ഉച്ചകോടിയിൽ അവതരിപ്പിക്കുന്ന ഒരു നാടകത്തിലേക്ക് ഇന്ത്യയിൽ നിന്ന് എന്നെ തിരഞ്ഞെടുത്തപ്പോൾ ആഫ്രിക്കൻ തീയേറ്ററിന്റെ പ്രതിനിധികൾ ആവശ്യപ്പെട്ടത് മത്സ്യത്തൊഴിലാളികളുടെ ജീവിതവുമായി ബന്ധപ്പെട്ട ഒരു നാടകം അവതരിപ്പിക്കണമെന്നതായിരുന്നു. അതിനായി ഏറെ ഗവേഷണം നടത്തിയെങ്കിലും, ആ ശേഖരിച്ച വിവരങ്ങൾ നാടകരൂപത്തിലാക്കാൻ എനിക്ക് ധൈര്യമില്ലായിരുന്നു. മറ്റാരും ഏറ്റെടുക്കാത്തതിനാൽ ആ സാഹസിക പ്രവൃത്തി എന്റെ തലയിൽ തന്നെ വന്നു പതിച്ചു. എനിക്ക് അവതരിപ്പിക്കാൻ ആഗ്രഹമുള്ള സ്വഭാവത്തിൽ ചിലത് എഴുതി. നോക്കി. ചിലപ്പോൾ, രംഗഭാഷ രചനയെ മാറ്റുകയും ചെയ്തു. 2002ലാണ് ഈ നാടകം എഴുതുന്നത്. തിരുവനന്തപുരത്തും കോഴിക്കോടും ഡൽഹിയിലും കേപ്ടൗണിലും ഒക്കെയായി ഞാൻ മത്സ്യഗന്ധി അവതരിപ്പിച്ചു. മീൻ വിൽക്കുന്ന വലിയ ചെരുവത്തിൽ കൊള്ളുന്ന നാടകസാമഗ്രികളുമായി, ലൈറ്റ് ഡിസൈനറായ ശ്രീകാന്ത് കാമിയോയും സംഗീതസംവിധാനവുമായി ഉമേഷ് സുധാകറും കൂടെ കൂടി. ആഹ്ലാദകരമായ അവതരണങ്ങളായിരുന്നു അവയെല്ലാം. പക്ഷേ, ഇതിനെ പ്രസിദ്ധീകരിക്കാൻ തക്ക വണ്ണമുള്ള രചനയായി ഞാൻ കണ്ടിരുന്നില്ല. ഈ കാലത്ത് മലയാള നാടകവേദിയിൽ ഞാൻ ബഹുമാനിക്കുന്ന ഒരു സംവിധായക നടൻ ഇതേക്കുറിച്ച് ചോദിച്ചത് ഇങ്ങനെയായിരുന്നു.

"സജിതേ... എന്തിനാ അറിയാൻ വയ്യാത്ത പണി ചെയ്യുന്നേ... ചെയ്യാനറിയുന്ന അഭിനയവുമായി നടന്നാൽ പോരെ?"

അതുകൊണ്ടുതന്നെ ശ്രീ സിവിക് ചന്ദ്രൻ പാഠഭേദത്തിൽ പ്രസിദ്ധീകരിക്കാനായി ഈ നാടകം ആവശ്യപ്പെട്ടപ്പോൾ ഞാൻ മടിച്ചു.

"പ്രസിദ്ധീകരണ യോഗ്യമാണോ എന്നു ഞാൻ നോക്കട്ടെ" എന്നു പറഞ്ഞായിരുന്നു അദ്ദേഹം അത് വാങ്ങിച്ചത്. അടുത്ത ലക്കത്തിൽ പ്രസിദ്ധീകരിക്കുകയും ചെയ്തു. പ്രൊഫ. വി.സി. ഹാരിസ് ഈ നാടകം ഇംഗ്ലീഷിലേക്ക് വിവർത്തനം ചെയ്തു. ആദ്യം പെൻഗ്വിനും പിന്നീട് ബ്ലാക്ക്സ്വാനും മറ്റ് ഏകാങ്കനാടകങ്ങൾക്കൊപ്പം, കേരളത്തിലെ സർവ്വകലാശാലകൾക്കു വേണ്ടി പ്രസിദ്ധീകരിച്ചു. എല്ലാ വർഷവും കോപ്പിറൈറ്റ് ഇനത്തിൽ കൃത്യമായി ലഭിക്കുന്ന തുക കാണുമ്പോൾ ഒക്കെ ഞാൻ ആ നാടക പ്രവർത്തകനെ ഓർക്കും.

പിന്നീട് നാടകമെഴുത്തിന് പ്രേരിപ്പിക്കുന്ന ഒന്നും സംഭവിച്ചില്ല. നാടകം ചെയ്യാൻ ഒരു സംഘവും എന്റെ കൂടെ ഇല്ലായിരുന്നു. 2008ൽ ആണ് ചക്കീചങ്കരൻ എഴുതുന്നത്. ഞാനൊക്കെ പ്രതിനിധാനം ചെയ്യുന്ന സ്ത്രീജീവിതമാണ് ഈ നാടകത്തിന്റെ അടിസ്ഥാനം, അതിൽ ചാനൽ ജീവിതാനുഭവങ്ങളും കൂടി ചേർന്നപ്പോൾ ചക്കീചങ്കരൻ - ഒരു ഫാമിലി റിയാലിറ്റിഷോ ആയി. ഇന്നും അവതരിപ്പിക്കപ്പെട്ടില്ലെങ്കിലും എനിക്ക് ഏറ്റവും പ്രിയപ്പെട്ട നാടകമാണിത്.

2010ലോ മറ്റോ പരിഷത്തിന്റെ കലാജാഥയോടനുബന്ധിച്ചാണ് 'മദേഴ്സ് ഡേ' എന്ന നാടകം എഴുതുന്നത്. പ്രായമായ സ്ത്രീജീവിതങ്ങൾ സമൂഹത്തിന്റെ അരികിലേക്ക് തള്ളപ്പെടുന്നത് എത്ര സ്വാഭാവികമായിട്ടാണ് എന്ന തോന്നലിൽ നിന്ന് എഴുതിയതാണ് ഈ നാടകം. വിദ്യാസമ്പന്നരായ ആദ്യ തലമുറ ജോലിയിൽ നിന്നും മറ്റും വിരമിച്ച ശേഷം നമ്മുടെ സൗകര്യാർത്ഥം കുട്ടികളെ നോക്കാനും വീടുനോക്കാനും നിയോഗിക്കപ്പെടുന്നവരാകുന്നു. എങ്ങനെയാവും സ്വന്തം ജീവിതത്തിന്റെ രണ്ടാം പകുതി ചിലവഴിക്കാൻ അവർ ആഗ്രഹിക്കുന്നത്? മദേഴ്സ് ഡേ എന്ന കൊച്ചുനാടകത്തിൽ അതെല്ലാമാണ് ഉൾപ്പെടുത്തിയിട്ടുള്ളത്. ഇതിൽ എനിക്കു പരിചയമുള്ള കുറെ അമ്മമാരുണ്ട്. ജീവിതത്തിലും സിനിമയിലും ഒക്കെ നമ്മൾ കണ്ടിട്ടുള്ളവർ.

ഓരോ നാടകവും രൂപപ്പെടുന്നതിന് കാരണങ്ങൾ പലതാവും. 'കാളിനാടകം' എഴുതിയത് ഒരു നാടകം യഥാർത്ഥത്തിൽ എഴുതപ്പെടണമെന്ന് ഞാനാഗ്രഹിച്ച രീതിയിലാണ്. കൊച്ചിയിലേക്ക് കുടുമാറിയ ശേഷം പ്രസിദ്ധ നാടകസംവിധായകൻ ചന്ദ്രദാസൻ മാഷുമായി ചേർന്ന് ഒരു നാടകം ചെയ്യാൻ തീരുമാനിച്ചു. കാളി

എനിക്ക് എക്കാലത്തും പ്രിയപ്പെട്ടവളാണ്. തിറകളിലും തെയ്യങ്ങളിലും മുടിയേറ്റിലും കാളിയൂട്ടിലും ഒക്കെ എന്നെ ഭ്രമിപ്പിച്ച കാളിയെ പിടികൂടാനാവാതെ വിഷമിച്ചിരുന്ന ദിവസങ്ങളിൽ എഴുത്ത് യാഥാർത്ഥ്യമാക്കിയത് ചന്ദ്രദാസൻ മാഷുടെ നിരന്തര പ്രേരണ കൊണ്ടാണ്. സമയബന്ധിതമായി എഴുതി തീർത്ത നാടകമാണിത്. പടയണി പാട്ടുകളും മുടിയേറ്റു പാട്ടുകളും വ്യത്യസ്തമായ കാളിചരിതങ്ങളും ഒക്കെ ഇഴ ചേർത്ത് ഇന്നത്തെ കാലിക ജീവിതത്തിനോട് ചേർത്തു വെച്ച് എഴുതിയ ഈ നാടകം നാടകരചനയിൽ എനിക്ക് വെല്ലുവിളിയായിരുന്നു. മത്സ്യഗന്ധി, ചക്കീചങ്കരൻ റിയാലിറ്റിഷോ, കാളിനാടകം എന്നിവ ഇംഗ്ലീഷ് ഭാഷയിലേക്ക് പരിഭാഷപ്പെടുത്തിയിട്ടുണ്ട്. മത്സ്യഗന്ധി നേരത്തെ സൂചിപ്പിച്ചപോലെ വി.സി. ഹാരിസ്സും ചക്കീചങ്കരൻ റിയാലിറ്റിഷോ ഗാർഗി ഹരിതകവും കാളീനാടകം ആനന്ദ് ഹരിദാസുമാണ് പരിഭാഷപ്പെടുത്തിയത്. ഈ പരിഭാഷകൾ കേന്ദ്ര സംഗീത നാടക അക്കാദമിയുടെ ജേർണലായ ഇന്ത്യൻ ലിറ്ററേച്ചറിൽ പ്രസിദ്ധീകരിച്ചു വന്നിട്ടുണ്ട്.

ഈ നാടകങ്ങളിൽ മത്സ്യഗന്ധിയിലും കാളിനാടകത്തിലും ഞാൻ അഭിനയിച്ചിട്ടുണ്ട്. മത്സ്യഗന്ധി ബംഗാളിലും തമിഴിലും അവിടുത്തെ സംവിധായകർ സംവിധാനം ചെയ്ത് അവതരിപ്പിച്ചിട്ടുണ്ട്. എന്നാൽ മത്സ്യഗന്ധി ഏറ്റവും അധികം അവതരിപ്പിച്ചിട്ടുള്ളത് പ്രസിദ്ധ നാടകനടിയായ ഷൈലജ അമ്പുവാണ്. ഇരുപത്തിയഞ്ചിലധികം തവണ ഈ നാടകം കേരളത്തിലുടനീളം അവതരിപ്പിച്ചിട്ടുണ്ട്. നാടകം ഒരു കൂട്ടായ്മയുടെ യാത്രയാണ്. കൂട്ടായ്മയുടെ സന്തോഷം ഞാൻ അനുഭവിച്ചിട്ടുള്ളത് കാളി നാടകം ഇന്ത്യ മുഴുവൻ നടത്തിയ യാത്രയിലാണ്. ചന്ദ്രദാസൻ മാഷ്, ലോകധർമ്മിക്കുവേണ്ടിയാണ് ഈ നാടകം സംവിധാനം ചെയ്തത്.

ഈ നാലു നാടകങ്ങളുടെ എഴുത്തിലും അവതരണത്തിലും എന്നോടൊപ്പം നിന്ന എന്റെ ഒട്ടേറെ സുഹൃത്തുക്കളുണ്ട്. പേരെടുത്തു പറഞ്ഞാൽ അതൊരു വലിയ ലിസ്റ്റു തന്നെയാവും. അവരെയെല്ലാവരെയും സ്നേഹത്തോടെ ഓർക്കുന്നു. ഈ പുസ്തകത്തിന് ഉചിതമായ പഠനമെഴുതിത്തന്ന ഡോ. ജാനകി ശ്രീധരന് ഏറെ സ്നേഹം. ഞാൻ കാളി നാടകം കോഴിക്കോട് കളിക്കുന്നതിനു മുമ്പ് മരിച്ചുപോയ അമ്മയുടെ ഓർമ്മയ്ക്കു മുമ്പിൽ വേദനയോടെ ഞാൻ ഈ പുസ്തകം സമർപ്പിക്കുന്നു.

സജിത മഠത്തിൽ

ഉള്ളടക്കം

നാടകങ്ങൾ

മത്സ്യഗന്ധികൾ 15

ചക്കീ-ചങ്കരൻ 23

മദേഴ്സ് ഡേ 57

കാളി നാടകം 69

പഠനം

പെണ്ണരങ്ങുകൾ 103

ഡോ. ജാനകി ശ്രീധരൻ

മത്സ്യഗന്ധികൾ

രംഗവേദി
കടൽക്കരയാണ്. പ്രേക്ഷകർ കടലും

അരങ്ങിൽ തൂങ്ങിക്കിടക്കുന്ന മീൻവല. നക്ഷത്രങ്ങളും കുഞ്ഞുമീനുകളും അതിൽ കുരുങ്ങി കിടപ്പുണ്ട്. ഇവിടുത്തെ പ്രകാശവിതാനം കടലിനുള്ളിലെ വെട്ടത്തെ ഓർമ്മിപ്പിക്കും. വേദിയുടെ ഇടതുവശത്തായി കടൽമണ്ണുകൊണ്ട് ഉണ്ടാക്കിയെടുത്ത ഒരു ആൺമുഖം. അതിനടുത്തായി തകരടിന്നു കൊണ്ട് ഉണ്ടാക്കിയെടുത്ത ഒരു വിളക്ക്. മീൻ കൊണ്ടു നടക്കുന്ന അലുമിനിയത്തിന്റെ വലിയ പാത്രം രംഗവേദിയിലെ പ്രധാന നാടകസാമഗ്രിയാണ്.

മീൻ വലയിൽ കുരുങ്ങി കിടക്കുന്നതുപോലെ മധ്യവയസ്കയായ ഒരു അരയസ്ത്രീ. കടലിന്റെ ഇരമ്പം അവരെ അസ്വസ്ഥയാക്കുന്നു. വിഭ്രാന്തമോ, സ്വപ്നതുല്യമോ ആയ ഒരവസ്ഥയിൽ അവർ സംസാരിച്ചു തുടങ്ങുന്നു.

"അന്നു രാത്രിമുഴുവൻ ഉറക്കം വരാതെ ഞാൻ തിരിഞ്ഞും മറിഞ്ഞും കിടന്നു. വല്ലാത്തൊരു ശ്വാസംമുട്ടൽ. ഒരു ഭയങ്കരസ്വപ്നം എന്നെ കൂടുതൽ അസ്വസ്ഥയാക്കി. മുരണ്ടുമൂളുന്ന ഒരു കൊമ്പൻ സ്രാവ് പോലെ കൊടിവെച്ച ഒരു കപ്പൽ. മുരൾച്ച ആദ്യം നെഞ്ചിനകത്തായിരുന്നു. പിന്നെ ചുറ്റും ഒത്തിരി കപ്പലുകൾ ഒന്നിച്ചു മുരളാൻ തുടങ്ങി. ചെവിക്കല്ലു പൊട്ടിച്ചുകൊണ്ട്. പേടി പിടിച്ച കുഞ്ഞുമീനുകൾ എന്റെ തുണിയുടെ ഉള്ളിലേക്ക് ഓടിയൊളിച്ചു. പൊടുന്നനെ ആകാശത്തുനിന്ന് ഒരു വല എനിക്കും മീനുകൾക്കും മീതെ വന്നു പതിച്ചു. (വലയിൽ കുടുങ്ങിയ തായി നടിക്കുന്നു.) കപ്പലിന്റെ ഇരമ്പലുകൾ അകന്നകന്നുപോയി. കടൽ പരപ്പിലേക്ക് ഞാൻ മുഖമുയർത്തിയപ്പോൾ ചത്തുപൊങ്ങിയ അനേകം കുഞ്ഞുമീനുകൾ എന്റെ കണ്ണിലും ചുണ്ടിലും ഉമ്മവെച്ചു. മീനുകൾ മുത്തം വെക്കുന്ന മറ്റൊരുമുഖം കൂടി ഞാൻ കണ്ടു. അതെന്റെ അരയന്റെ മുഖമായിരുന്നു."

മരണം കണ്ട ആഘാതത്തിൽ അവർ ഇരുന്നുപോകുന്നു. കൈകൾ നില ത്തടിച്ച്, തല ഇളക്കി ശബ്ദമില്ലാതെ അവർ കരയുന്നു. പ്രേക്ഷകർ അവ രുടെ പുറകുവശം മാത്രമാണ് കാണുന്നത്.

പതുക്കെ പ്രേക്ഷകർക്ക് അഭിമുഖമായി തിരിഞ്ഞുകൊണ്ട് വിളക്കു കത്തിച്ച്, കടൽമണ്ണുകൊണ്ടുണ്ടാക്കിയ മുഖം പരിശോധിക്കുന്നു. പിന്നീട് പ്രേക്ഷക രോടും മുഖത്തിനോടും എന്നപോലെ സംസാരിച്ചു തുടങ്ങുന്നു.

"ഈ കടപ്പുറത്ത് എനിക്കെന്താ കാര്യമെന്ന് നിങ്ങൾ കരുതുന്നുണ്ടാവാം, പ്രത്യേകിച്ച് ഈ നേരത്ത്. അതുകൊള്ളാം, എന്റെ അങ്ങേർ കടലിൽ പോകുന്നവനല്ലേ? മീൻ കാത്തിരിക്കുകയല്ലേ ഞങ്ങൾ പെണ്ണുങ്ങളുടെ പണി. നിങ്ങൾ ചെമ്മീൻ സിനിമ കണ്ടിട്ടില്ലേ? കടലിൽ പോയ മുക്കു വനെ കടലമ്മ കാക്കണമെങ്കിൽ മുക്കോത്തികൾ പെഴക്കാതെ, നോക്ക ണമെന്ന്."

ചിരിച്ച്, വിളക്കിന്റെ നാളം ശ്രദ്ധിച്ചുകൊണ്ട്

"ഇപ്പോ ഇത് കെട്ടുപോയേനേ!"

"കടപ്പുറത്ത് ഇപ്പോൾ എവിടുന്നാ മീനെന്നാവും. വയറുകത്തിക്കാളു മ്പോൾ കൂടീലെങ്ങനിരിക്കും? എന്റെ കാർന്നോന്മാര് ഓടി നടന്ന കട പ്പുറവും ഈ കടലമ്മേം വിട്ട് ഞാനെവിടെപ്പോകാനാ? കടലുമറന്ന് കടലിന്റെ മക്കൾക്ക് ജീവിക്കാനൊക്കുമോ?"

ഓർമ്മകളിലേക്ക് ഊർന്നുവീഴുന്നു.

"മീനിരിക്കുന്ന സ്ഥാനം കാണണമെങ്കിലേ കടലിന്റെ ആഴവും നിറവും മണവുമൊക്കെ അറിയണം. കിളികളും നക്ഷത്രങ്ങളും മീനിന്റെ ഇരമ്പവും നോക്കിവേണം മീൻപിടിക്കാൻ. ഓരോതരം മീൻ പിടിക്കാൻ ഓരോ വലയും ഓരോ രീതിയുമാ. പഞ്ഞിനൂലുകൊണ്ട് വലനെയ്യാൻ അമ്മാമയെ ഞാനും സഹായിച്ചിട്ടുണ്ട്. കടപ്പുറത്തുണ്ടാക്കുന്ന ഒറ്റത്തടി വള്ളത്തില് മീൻ പിടിക്കുന്നതു കാണാൻ നല്ല ശേലാ. ഇന്നത്തെപ്പോലെ പ്ലൈവുഡിന്റെ തോണിയൊന്നും അന്നില്ലായിരുന്നു."

പെട്ടെന്ന് ഭർത്താവിനെ ഓർത്തുകൊണ്ട്

"എന്റെ കെട്ടിയോൻ എന്നും വൈകീട്ടാ ചൂണ്ടയിടാൻ പോകാറ്. പാതിര വെള്ളിയും കുരിശുവെള്ളിയും കൂട്ടവെള്ളിയും പെരുമീനും ആകാശത്തു കത്തി നില്ക്കുന്നിടത്തോളം കാലം ഞാൻ അപായമൊന്നുമില്ലാതെ തിരിച്ചെത്തുമെന്ന് അങ്ങോര് പറയും. അങ്ങോർക്ക് മീൻ പിടിക്കാൻ നല്ല വശമായിരുന്നു. പക്ഷേ, കുടീലെത്തുമ്പോ മീനിനൊപ്പം റാക്കിന്റെ മണവും. ഒമ്പതുവയറു നിറയണമെങ്കിൽ ഞാൻ തന്നെ നയിക്കണം. ഇപ്പം മീൻമണവും കടൽക്കാറ്റും മാത്രം ബാക്കിയായി."

പ്രേക്ഷകരോട്

"നിങ്ങൾക്കിത് നാറ്റമല്ല, 'മീൻ നാറ്റം'?"

രംഗവേദിയുടെ മധ്യത്തിലായി കമിഴ്ത്തി വെച്ചിരിക്കുന്ന അലുമിനിയ പാത്രം കയ്യിലെടുക്കുന്നു. തോർത്തു മാറിലിടുന്നു. ധൃതിയിൽ ഒരുങ്ങുന്നതിനിടയിൽ മകളോട് സംസാരിക്കുന്നു.

"അമ്മ കാപ്പി അനത്തിവെച്ചിട്ടുണ്ട്. ഉച്ചത്തേക്കുള്ള ചോറ് അടുപ്പില് വേവുന്നു. കറിക്കു വല്ല മീനും കടപ്പുറത്തീന്നു കിട്ടുമോ എന്നു നോക്ക്. അവിടെ കളിച്ച് നിക്കരുത്. താഴെയുള്ളോരെ നോക്കണം."

വീട്ടിൽ നിന്നു പുറപ്പെടുന്നതായും ഹാർബറിൽ ചെന്നെത്തുന്നതായും അഭിനയിക്കുന്നു.

"ഞാൻ തെരഞ്ഞെടുക്കും..."

"കുട്ടയിലുള്ളതു മുഴുവനും തട്ടാതെ..."

"കെട്ടമീനിന് പലിശക്കാശിനു കുറവുണ്ടോ?"

തർക്കിക്കുകയും തിരക്കിനിടയിലൂടെ മീനെടുത്ത് പോവുകയും ചെയ്യുന്നു

"പൊലർച്ചെ നാലുമണിക്ക് വീട്ടീന്നു പുറപ്പെട്ടതാ, ഹാർബറിലെത്തിയപ്പോ തന്നെ നേരം വൈകി. അവിടുത്തെ ഉന്തിനും തള്ളിനുമിടയിൽ

അരങ്ങിലെ മത്സ്യഗന്ധികൾ

പണം കെട്ടി മീൻ കിട്ടിയപ്പോൾ വീണ്ടും വൈകി. മീനിനാണെങ്കിൽ ഇപ്പം പൊന്നുവിലയാ. കൂലിക്കാശും വണ്ടിക്കാശും പോരാത്തതിന് മീൻകേടാകാതെ നിങ്ങളെയൊക്കെ തീറ്റാൻ ഐസിനും മണ്ണിനുമൊക്കെ കാശു കൊടുക്കണം."

ബസ്സ്റ്റോപ്പിലെ തിരക്ക്,

മീൻകൊട്ടയും മീൻ നാറ്റവും ആളുകളുടെ നെറ്റി ചുളിപ്പിക്കുണ്ട്.

അതിനോടുള്ള പ്രതികരണമെന്നപോലെ

"നാറുന്നുപോലും മീൻനാറ്റം. മീൻകൊണ്ടുനടക്കുമ്പോൾ മീൻ നാറ്റ മല്ലാതെ മുല്ലപ്പൂ മണക്കുമോ?

"അമ്മപെങ്ങന്മാരെ ഇവന്മാരൊന്നും കണ്ടിട്ടില്ലേ?"

"എത്ര കഷ്ടപ്പെട്ടാ മീൻ സംഘടിപ്പിച്ചു വിൽക്കുന്നത്. മേശപ്പുറത്ത് നിറയെ മീൻ തിന്നാൻ കിട്ടുമ്പോ നല്ല രുചി."

ബസ് വരുന്നു

"പാളയത്ത് നിർത്തോ മോനെ?"

മീൻ കൊട്ടയുമായി കയറാനുള്ള ശ്രമത്തിനിടയിൽ ബസ് ധൃതിയിൽ പോകുന്നു. കിളിയുടെ വഷളായ കമന്റിനു മറുപടിയെന്നോണം.

"നിന്റെ അച്ഛൻ തരുമോ കാറിനുള്ള കാശ്? നായിന്റെ മോൻ."

18

മീൻ കുട്ടയുടെ മുന്നിൽനിന്നും ഇരുന്നും ഈച്ചയേയും പൂച്ചയേയും ആട്ടിയും

"സമയത്തിനും നേരത്തിനും മാർക്കറ്റിലെത്തിയില്ലെങ്കിൽ പിന്നെ പൊല്ലാപ്പാണ്. മെനയുള്ള സ്ഥലങ്ങളൊക്കെ ആൺപെറന്നോന്മാര് കൈക്കലാക്കും. അവന്മാർക്കാണെങ്കിൽ പോളിസ്റ്റർ ഷർട്ടും സെന്റുമടിച്ച് വണ്ടിയിൽ പോകേം വരേം ചെയ്യാം. അവന്മാര് വെല കൊറച്ച് മീൻ കൊടുക്കുമ്പ സ്ഥിരം കുറ്റിക്കാരൊക്കെ അങ്ങോട്ടോടും. മെനയില്ലാത്തിടത്ത് കൊതുകും കടിച്ച് ഈച്ചേം പൊതിഞ്ഞ് ഞങ്ങളിരിക്കുന്നത് മിച്ചം. മൂത്രമൊഴിക്കാതെ അടിവയറു വേദനിക്കുന്നതും മിച്ചം."

"നാട്ടിലുമുഴുവൻ നീന്തൽക്കുളവും കളിച്ചുരസിക്കാൻ വെള്ളത്തിന്റെ കുറെ പാർക്കുകളും മഴനൃത്തോം ഒക്കെ ഉണ്ടുപോലും. മീൻ മാർക്കറ്റിലെ പൈപ്പീന്ന് ഒരു തുള്ളി വെള്ളം വരൂല."

ക്ഷോഭിച്ചുകൊണ്ട്

"ഞങ്ങളുടെ കയ്യും തലയും മുലയും മീൻനാറട്ടെ? വൃത്തി പോര അല്ലേ? ഞങ്ങൾക്കെന്താ നല്ലവെള്ളം കുടിച്ചാലെറങ്ങില്ലേ? നല്ല വെള്ളത്തിൽ കുളിച്ചൂടെ? മീൻ നാറ്റം പോലും"

ആട്ടുന്നു.

തിരിഞ്ഞുകൊണ്ട് ധൃതിയിൽ പുറകിലേക്ക് പോയശേഷം നടിയായി മാറി പ്രേക്ഷകരോട് കഥ പറച്ചിലിന്റെ ഭാവത്തിൽ.

"ഞാനൊന്നു മണത്തുനോക്കട്ടെ. അയ്യേ ഇതു മീൻനാറ്റമല്ല, മത്സ്യഗന്ധമല്ലേ? മത്സ്യഗന്ധിയായ സത്യവതിയുടെ കഥ നിങ്ങൾക്കറിയില്ലേ? കടത്തുകാരിയായ സത്യവതി പതിവുപോലെ ഒരു ദിവസം തോണി തുഴയുകയായിരുന്നു. തോണിയിലിരുന്ന വയസ്സൻ മുനിക്ക് സത്യവതിയിൽ വല്യ താത്പര്യം. അവളുടെ മത്സ്യഗന്ധം അയാളെ ഭ്രമിപ്പിച്ചുവത്രെ. ഒടുവിൽ തോണിയിൽ വെച്ച് തന്നെ അവളെ പ്രാപിക്കുവാൻ മുനി തീരുമാനിക്കുന്നു. അതിനായി അദ്ദേഹം മൂടൽമഞ്ഞുകൊണ്ട് ഒരു മറപ്പുരയുണ്ടാക്കിയത്രെ."

ഭാവം മാറ്റി പ്രേക്ഷകരെ തറപ്പിച്ചു നോക്കിക്കൊണ്ട്.

"മനസ്സിലായില്ലേ? നമ്മുടെ ഫ്ളോറയെ. ഉള്ളൂർ മാർക്കറ്റിനടുത്തുവെച്ച് മൂന്നു മുനിമാർ ഒന്നിച്ചു പ്രാപിച്ചതുപോലെ. ഓലത്തുണ്ടിന്റെ മറപോലും അവർക്കുവേണ്ടി വന്നില്ല. ഫൂ... മീൻനാറ്റം പോലും."

വലയുടെ ഭാഗത്തേക്ക് നടക്കുന്നു. വലയ്ക്കകത്തേക്ക് കയറിക്കൊണ്ട് തൂങ്ങിക്കിടക്കുന്ന മീനുകൾ പരിശോധിക്കുന്നു. പ്രകാശത്തിന്റെ വിതാനം മാറുന്നു.

പതുക്കെ വിഭ്രാന്തമായ അവസ്ഥയിൽ.

"കടൽപൊട്ടുന്ന ശബ്ദം കേൾക്കുന്നുണ്ടോ? കടൽ പന്നികൾ കിഴക്കോട്ട് ഓടി മറിയുന്നുണ്ടോ? കടൽപ്പുറത്തെ മണ്ണിന് ഇളക്കം കൂടുതലുണ്ടോ? വഞ്ചിയിറക്കുന്നതിനുമുമ്പ് കെട്ടിയോൻ അതൊക്കെ അന്ന് നോക്കിയിരുന്നു. ഒരു പന്തികേടും ഇല്ലാതിരുന്ന ദിവസമായിരുന്നു."

പതുക്കെ മുൺമുഖത്തിനോട് ചേർന്നിരുന്ന് മുഖത്തൂടെ വിരലുകൾ ഓടിക്കുന്നു. പിന്നീട് ഭ്രാന്തമായ രീതിയിൽ മണ്ണു മാന്തിയെടുത്തുകൊണ്ട്.

"അനന്തമായ കടലിനെ കൈവെള്ളക്കകത്താക്കിയവൻ, കാലത്തിനും കടലിന്റെ താളത്തിനുമൊത്ത് മീൻ പിടിക്കുന്നവൻ, കടലിന്റെ താളത്തിനൊപ്പം പങ്കായം തിരിക്കുവന്നവൻ, ട്രോളർവലകളുടെ പരക്കം പാച്ചിലിന്റെ താളമറിയാതെ കടലിന്റെ ആഴങ്ങളിലേക്ക്"

ഉയർന്ന കൈകളിലൂടെ മണ്ണ് മുഖത്തും ശരീരത്തും വന്നുവീഴുന്നു. മണ്ണിനടിയിൽ മരിച്ചതുപോലെ അവൾ കിടക്കുന്നു.

കിടന്നുകൊണ്ടുതന്നെ പതുക്കെ സംസാരിച്ചുതുടങ്ങുന്നു. കൈകൾ മാത്രം മീനിനെപ്പോലെ ചലിക്കുന്നുണ്ട്.

"പണ്ട് കടലു നിറച്ചും മീനായിരുന്നു. മീനിന് വെലയും കുറവായിരുന്നു. കടപ്പുറത്തെ കുഞ്ഞുങ്ങൾക്ക് ആരോഗ്യം ഉണ്ടായിരുന്നു. മീനിനായി ചന്തകളും ഹാർബറുകളും തേടി അലയണ്ട. കടപ്പുറത്തെ മീൻ തന്നെ തോനെയുണ്ടായിരുന്നു. വെള്ളിപോലെ തിളങ്ങുന്ന മീനുകൾ, തൊട്ടാൽ കൈ തെറിക്കുന്ന മീനുകൾ, അമ്മ നടന്നുനടന്നു ചന്തകളിൽ പോയി മീൻ വില്ക്കും. തിരിച്ചു വരുന്നതും ഖാത്ത് ഞങ്ങളിരിക്കും. പരിപ്പും മുളകും അരിയും മലക്കറിയും പഴങ്ങളും കടയപ്പവുമായി അമ്മയുടെ കൊട്ടനിറഞ്ഞിരിക്കും. അന്നത്തെ ജോലിക്ക് കൂലിയുണ്ടായിരുന്നു. അന്നു കടലിൽ ചീറിപ്പായുന്ന മോട്ടോർബോട്ടുകൾ ഇല്ലായിരുന്നു. വിദേശക്കപ്പലുകൾ കടലമ്മയുടെ ഗർഭപാത്രത്തെ ചുരണ്ടിയെടുത്തിരുന്നില്ല."

ഉച്ചാവസ്ഥയിലുള്ള ഈ സംഭാഷത്തിന്റെ അവസാനത്തിൽ സ്റ്റേജിന്റെ അരികിൽ നിന്നെടുത്ത ദൈവത്തിന്റെ സ്വന്തം നാട് എന്ന് എഴുതിയ വലിയൊരു കുട പിടിച്ചുകൊണ്ട്, അയൽവാസികളോട് തുറമുഖം തുറയിൽ വരുന്നതിന്റെ സന്തോഷം ഓടിനടന്ന് പങ്കിടുന്നു. നേർത്ത മഴപെയ്യുന്നുണ്ട്.

"ഇപ്പകേക്കണ് ഈ കടപ്പുറത്ത് തുറമുഖം വരുമെന്ന്. കൊറെ ശീമക്കപ്പല് വരുന്നു. നാട്ടിന് ഗുണം വരുന്നൂന്ന് കേക്കണ്. തുറമുഖത്തു കെട്ടി

പ്പൊങ്ങാൻ പോകുന്ന ഹോട്ടലിലും തൊറക്കാർക്ക് തൊഴിലും കിട്ടുമത്രേ. കേട്ടപ്പോ ഞങ്ങൾക്കും നല്ല സന്തോഷമായി. പിന്നെ കേക്കണ് കടലിനും കടപ്പുറത്തിനുമിടയിൽ വലിയൊരു മതിൽ വരുമെന്ന്."

സംഭ്രാന്തിയോടെ കുട ഒരു മതിലായി. അവൾക്കുമുന്നിൽ കാൽകൈകളുടെ അറ്റം പ്രേക്ഷകർക്ക് കാണാനാവുന്നുണ്ട്. അവ തപ്പിപ്പിടയുകയാണ്. മീനുകളെപ്പോലെ.

"അപ്പോൾ വഞ്ചിയെങ്ങനെ എറക്കും. കടലില്ലാതെ വഞ്ചിയിറക്കാനൊക്കുമോ? നക്ഷത്രങ്ങളെ നോക്കിയാത്ര ചെയ്യണ്ടേ? കടലിന്റെ താളമറിയേണ്ടേ? മീൻ കൂട്ടങ്ങളുടെ കലപില കേൾക്കണ്ടേ? തോണിനിറച്ചും മീൻ പിടിക്കേണ്ടേ? മറ്റൊരു തൊറയിൽപ്പോയാൽ ഈ കടൽ ഞങ്ങൾക്ക് കിട്ടുമോ? കടലിലെ മീൻ തീർന്നാലും കടലുപോയാലും ഈ മീൻ നാറ്റം മാറുമോ?"

കുട പഴയ പടിയിലാക്കിക്കൊണ്ട്

"കടലമ്മയെ സർക്കാര് തട്ടിയെടുക്കുന്ന സ്ഥിതിക്ക് ഈ മത്സ്യഗന്ധമാണ് എന്റെ പ്രതീക്ഷ. കടപ്പുറത്ത് ഉല്ലസിക്കാനെത്തുന്നവർക്ക് മീനിനൊപ്പം മത്സ്യഗന്ധികളും! (കുടയും ചൂടി, അലുമിനിയ പാത്രത്തിനകത്തു കയറി ഇരിക്കുന്നു.) പിന്നെ കടപ്പുറം നിറയെ കുഞ്ഞുവ്യാസന്മാരും." ആസ്വദിച്ചു ചിരിക്കുന്നു. പിന്നെ വിതുമ്പിക്കരയുന്നു.

പ്രേക്ഷകരോട്

"എന്താ?"

"മുടിയഴിച്ചിട്ട് കടപ്പുറത്ത് എന്തു ചെയ്യുകയാണെന്നോ? ട്രോളർ ബോട്ടുകൾ ഇടിച്ചു തെറിപ്പിച്ച ചുണ്ടൻ വള്ളത്തിലെ എന്റെ മുക്കുവനെ തിരിച്ചു കൊണ്ടുവരാൻ നിങ്ങൾക്കു പറ്റുമോ? ട്രോളർ വലകൾ കൊന്നു നശിപ്പിക്കുന്ന കുഞ്ഞുമീനുകളെ ജീവൻ വെപ്പിച്ചു വലുതാക്കി എന്റെ കൊട്ടയിലെത്തിക്കാൻ നിങ്ങൾക്കാവുമോ? കസ്തൂരിഗന്ധിയായി നിങ്ങളെന്നെ സ്വീകരിക്കേണ്ട. മുക്കുവത്തി മുടി അഴിച്ചിട്ടുനിന്നാൽ കടലമ്മ കോപിക്കും പോലും. എങ്കിലിനി മുടി അഴിഞ്ഞുതന്നെ കിടക്കട്ടെ. കടലമ്മ കോപിക്കട്ടെ! ട്രോളർ ബോട്ടുകളെ, വിദേശക്കപ്പലുകളെ എല്ലാം മറിച്ചിടട്ടെ, അവന്റെ മീൻ നാറ്റം! അവർ പ്രേക്ഷകരുടെ അടുത്തേക്ക്, കൈയിൽ വിളക്കും മീൻ വിൽക്കുന്ന വലിയ പാത്രവുമായി.

"ഈ നാറ്റം എന്റെ കൊട്ടയിൽ നിന്നല്ല. കടലു ചീഞ്ഞതിന്റെ നാറ്റമാണ്. ട്രോളർ വലകൾ കൊന്നു നശിപ്പിക്കുന്ന കുഞ്ഞുമീനുകളുടെ നാറ്റമാണ്.

മത്സ്യഗന്ധികളുടെ സ്വപ്നം ചീഞ്ഞളിഞ്ഞ നാറ്റമാണ്... ചീഞ്ഞളിഞ്ഞ നാറ്റമാണ്..."

ട്രോളർ ബോട്ടിന്റെ മുരൾച്ച കടലിരമ്പംപോലെ.

അവർ അസ്വസ്ഥതയോടെ നമ്മെ, കടലിനെ നോക്കി.

തിരശ്ശീല ∎

'ചക്കീ-ചങ്കരൻ'
ഒരു ഫാമിലി റിയാലിറ്റി ഷോ

നാടകം ഒരു ഫാമിലി റിയാലിറ്റി ഷോയുടെ സ്വഭാവത്തോടെയാവും മുന്നേറുക. അതിനാൽതന്നെ ഒരു അവതാരകയാണ് നാടകഖണ്ഡങ്ങൾ പരസ്പരം കോർത്തുകൊണ്ടു പോവുന്നത്. ഈ നാടകത്തിൽ സംഗീതത്തിന് ഒട്ടേറെ പ്രാധാന്യമുണ്ട്. സംഗീതമാണ് ഈ നാടകത്തിന്റെ ഭാവമാറ്റങ്ങളെ ഉൾക്കൊള്ളുന്നത്. എന്നാലത് സാമ്പ്രദായിക രീതിയിലാണെന്നുമാത്രം. വെളിച്ചവിതാനവും സ്ക്രീനിൽ പ്രൊജക്ട് ചെയ്യുന്ന വിഷ്വലുകളും നാടകത്തിൽ അവതരിപ്പിക്കുന്ന സംഭവങ്ങൾക്ക് കൂടുതൽ ഉൾക്കാഴ്ച നൽകുവാനായിട്ടാണ് ഉപയോഗിക്കേണ്ടത്. സ്റ്റുഡിയോ സെറ്റിനെ ഓർമ്മിപ്പിക്കുന്ന രംഗവിതാനമാകും ഈ നാടകത്തിന് ചേരുക. സ്റ്റേജിനെ റിയാലിറ്റിഷോ റിക്കാർഡ് ചെയ്യുന്ന സ്റ്റുഡിയോ ഫ്ളോർ ആയി വേണം പരിഗണിക്കാൻ. സംഘാടകരും ക്യാമറാക്രൂവും റിയാലിറ്റിഷോ പ്രേക്ഷകരും ചേർന്നതാണ് സ്റ്റേജിനു മുമ്പിലുള്ള പ്രേക്ഷകർ.

പ്രധാന കഥാപാത്രങ്ങൾ

അവതാരക: മുപ്പതു വയസ്സിനു മുകളിൽ പ്രായമുണ്ട്. സ്ത്രീ പ്രശ്നങ്ങളെ അതിന്റെ ഗൗരവത്തോടെ സമീപിക്കുന്നവൾ, ടെലിവിഷൻ അവതാരകയുടെ ശരീരഘടനയും ഭംഗിയും ആവാം. പക്ഷേ പരിപാടികൾക്കിടയിൽ പെട്ടെന്നുണ്ടാവുന്ന ബുദ്ധിമുട്ടുകളെ തരണം ചെയ്യാനും തമാശ ആസ്വദിക്കാനും പറയാനും ചിരിക്കാനും ആകുന്നവളാണിവർ.

കൃഷ്ണ: പരിപാടിയിൽ അവതാരകയെ സഹായിക്കുന്നവൾ. ചുറുചുറുക്കുള്ള ചെറുപ്പക്കാരി. നന്നായി ചിരിക്കുന്ന, അഭിപ്രായങ്ങൾ വെട്ടിത്തുറന്നു പറയുന്ന, പെട്ടെന്ന് മുഷിയുന്ന ഒരുവൾ.

അരങ്ങിലെ മത്സ്യഗന്ധികൾ

സംഗീതജ്ഞ: ഇവൾ സ്ത്രീകൾക്ക് ഇഷ്ടപ്പെട്ട പാട്ടുകാരിയായി അറിയപ്പെടുന്നവൾ. ഈ പരിപാടിയുടെ സംഗീതം മുഴുവൻ ചിട്ടപ്പെടുത്തിയവൾ എന്ന ഭാവം. നാടൻസ്ത്രീ. സംഗീതത്തിൽ അറിവുള്ളവൾ. പരിപാടിക്കിടയിലെ പരസ്യവാചകങ്ങളും സംഗീതവും ഇവരുടെ വകയാണ്. സന്ദർഭത്തിനു നിരക്കാത്ത ചില പെരുമാറ്റങ്ങൾ ഇവരിൽനിന്നു പ്രതീക്ഷിക്കാം-

(ഇവർക്കു പുറമെ മൂന്നു നടന്മാരും മൂന്നു നടികളും ചേർന്ന ഒരു സംഘമാണ് നാടകത്തെ മുന്നോട്ടു കൊണ്ടുപോവുക. എല്ലാ കഥാപാത്രങ്ങളും ഇവർതന്നെയാവും മാറിമാറി ചെയ്യേണ്ടത്.)

(സ്റ്റേജിനെ മൂന്നു ഇടങ്ങളായി തിരിച്ചിരിക്കുന്നു. അവതാരക സ്റ്റേജിന് ഇടതുവശത്തും സംഗീതജ്ഞയും സംഘവും സ്റ്റേജിന് വലതുവശത്തും സ്ഥാനം പിടിച്ചിരിക്കുന്നു. സ്റ്റേജിനു നടുവിൽ മരത്തിന്റെ ഒരു ചെറിയ, ഭംഗിയുള്ള വട്ടമേശയും രണ്ടു കസേരയും. അതിനുപുറകിൽ ഉയരത്തിലുള്ള, പല ശാഖകളുള്ള ഒരു സ്റ്റാന്റ്, നാടകസാമഗ്രികൾ തൂക്കിയിടാനായി വെയ്ക്കാം. അതിനു ചേർത്തുവെച്ച ഒരു സ്റ്റൂളിൽ ഒഴിഞ്ഞ മദ്യക്കുപ്പികളും സിഗരറ്റു കുറ്റികളും തീപ്പെട്ടിക്കോലുകളും മറ്റും വെച്ച ഒരു പാത്രവും ആകാം. പുറകിലെ കറുത്ത കർട്ടൻ നീങ്ങുമ്പോൾ, വീഡിയോ പ്രൊജക്ഷനുള്ള വെള്ള സ്ക്രീൻ കാണാനാവും. അവതാരക ഇരിക്കുന്നത് പതിവിൽനിന്നു ഉയരമുള്ള ഒരു മോഡേൺ കസേരയിലും അതിനുതകുന്ന മേശയിൽ കൈയൂന്നിയുമാണ്. മേശപ്പുറത്ത് ഒരു ലാപ്ടോപ്പ്. സംഗീതജ്ഞയും സംഘവും സ്റ്റേജിലേക്ക് അല്പം കയറിയാണ് സ്ഥാനം പിടിച്ചിട്ടുള്ളത്. തിളങ്ങുന്ന മോഡേൺ വസ്ത്രമോ, പട്ടുസാരിയോ അവർക്ക് ഉപയോഗിക്കാം.)

പരിപാടി ആരംഭിക്കാനുള്ള അവസാനത്തെ ബെൽ മുഴങ്ങി. അനൗൺസ്മെന്റ് കഴിഞ്ഞും ഫ്ലോറിൽ പ്രതീക്ഷിക്കുന്ന സമയത്ത് പരിപാടി ആരംഭിക്കുന്നില്ല.

- നിശ്ശബ്ദത -

സംഗീത വിഭാഗക്കാർ സ്റ്റേജിലേക്കും പ്രേക്ഷകരുടെ ഇടയിലേക്കും നോക്കുന്നുണ്ട്. ആരെയും കാണാത്തതിനാൽ സംഗീതജ്ഞ വെറുതെ ഒരു വായ്ത്താരി പാടുന്നു (നാടൻ പാട്ടാവാം). നിർത്തി വീണ്ടും പ്രേക്ഷകരെ നോക്കുന്നു. ആകെ ഒരു കൺഫ്യൂഷൻ അവരുടെ മുഖത്തും പെരുമാറ്റത്തിലും പ്രകടമാണ്. ഇതിനിടയിൽ പ്രേക്ഷകരുടെ ഇടയിൽനിന്ന് അറുപതു വയസ്സിനു മുകളിലുള്ള ഒരു സ്ത്രീ കയറിവരുന്നു.

സ്ത്രീ : (ഇത്തരമൊരു സദസ്സിലേക്ക് കയറിവരുന്നതിന്റെ അല്പം പരുങ്ങലുണ്ടെങ്കിലും ശബ്ദത്തിൽ കൂസലില്ലായ്മയുണ്ട്)

ഏതായാലും പരിപാടി തുടങ്ങാൻ വൈകുന്ന സ്ഥിതിക്ക് ഞാൻ ചില കൂട്ടം പറയാമെന്നു കരുതു

കയാ - ഈ പരിപാടിക്കുള്ള കഥയൊക്കെ ശേഖരിക്കാൻ ഇവരൊക്കെ 'സ്നേഹിത'യില് വന്ന ദിവസം എനിക്ക് വരാൻ പറ്റിയില്ല. എന്റെ മോള് ചോദിക്കാ, അമ്മ എന്തിനാ ചെണ്ടക്കോല് ഇടുന്നിടത്തൊക്കെ പോവുന്നതെന്ന്. അമ്പത്തിയഞ്ചു വയസ്സില് ജോലീന്ന് പിരിയുന്നതുവരെ പുറത്തിറങ്ങാൻ എനിക്ക് ആരോടും ചോദിക്കണ്ടായിരുന്നു. ഇപ്പോ പേരക്കുട്ടികളോടുവരെ സമ്മതം ചോദിക്കണം. ഈ പ്രായത്തിൽ ചോറും കറീം വെച്ച്, മക്കളെയും അവരുടെ മക്കളുടെയും കാര്യമൊക്കെ നോക്കി, മുത്തശ്ശിക്കഥയൊക്കെ പറഞ്ഞ്, റബ്കോയുടെ ഒരു ചാരുകസേരയും വാങ്ങി അതിൽ കിടന്നു, കിടന്നു.... ഈ കാര്യങ്ങളൊക്കെ നിങ്ങളുടെ പരിപാടീല് ചേർത്തില്ലെങ്കിലോ എന്നു കരുതിയാ....."

(ഇതിനിടയ്ക്ക് അവതാരക പ്രേക്ഷകർക്കിടയിലൂടെ ഓടിപ്പിടിച്ച് വരുന്നു. ഈ സ്ത്രീയെ കണ്ട് ഒന്നു അമ്പരന്നുനിന്ന്, പിന്നെ ഓടി സ്റ്റേജിൽ കയറി, അവരെ ശരീരത്തോട് ചേർത്തുപിടിച്ച് സ്റ്റേജിന്റെ പുറത്തേക്ക് നയിക്കാൻ ശ്രമിക്കുന്നു.)

(സ്ത്രീ അവതാരകയോട് ഇതിനിടയിൽ പരിചയം പുതുക്കുന്നു)

സ്ത്രീ : മോൾ എന്താ വൈകിയേ, നിന്റെ മോനിപ്പം എത്ര പ്രായമായി? മുലകുടി ഒക്കെ മാറിയില്ലേ? നിന്റെ കെട്ടിയോൻ.....

അവതാരക : (അടക്കിപ്പിടിച്ച ശബ്ദത്തിൽ) അവൻ വലുതായില്ലേ ആന്റി. അവനു ചെറിയ പനി, അതാ ഞാൻ, ഷൂട്ട് കഴിഞ്ഞിട്ടു നമുക്ക് വിശദമായി കാണാം.

(സ്ത്രീ സ്റ്റേജിൽനിന്നു പോയശേഷം തിരിച്ചുവരുന്ന അവതാരക, അല്പം ഫോർമലായി പ്രേക്ഷകരെ നോക്കി സംസാരിക്കുന്നു)

ക്ഷമിക്കണം നിങ്ങളെ അല്പം കാത്തിരിപ്പിക്കേണ്ടിവന്നു.

(ബാഗിൽനിന്ന് ഫോണെടുത്ത് മേശയ്ക്കു മുകളിൽ വെയ്ക്കുന്നു. ഫയലിലെ കുറിപ്പുകൾ അടുക്കി വായിക്കാനെന്നവണ്ണം തയ്യാറാക്കി വെയ്ക്കുന്നു.)

Now we are going to start. (അണിയറയിലേക്ക് നോക്കി ഉറക്കെ)

കൃഷ്ണാ.... Propertiesഉം Setഉം ഒക്കെ റെഡിയാണല്ലോ?

(കൃഷ്ണ ഓടിവരുന്നു. ഉത്സാഹത്തിലാണ്. മറന്നുപോയ എന്തോ ഒന്ന് സ്റ്റാന്റിൽ വെച്ച് അവതാരകയുടെ അടുത്തേക്ക്)

കൃഷ്ണ : ഞങ്ങളെല്ലാം എപ്പോഴേ റെഡിയാ. ചേച്ചി യഥാർത്ഥത്തിൽ അകത്തുനിന്നാ എൻട്രി ചെയ്യേണ്ടിയിരുന്നത്....

അവതാരക : That's fine. ഞാനേതായാലും രംഗത്തു പ്രവേശിച്ചു കഴിഞ്ഞു. എന്റെ anchor bit മുതൽ എടുത്തു തുടങ്ങിയാൽ മതി. ഫാസ്റ്റ് ആയിട്ട് വേണം. ബാക്കി എഡിറ്റിങ്ങിൽ നോക്കാം. ഒരു പകൽകൊണ്ട് തീർക്കാൻ ശരിക്കും ബുദ്ധി മുട്ടാ - എന്നാലും ശ്രമിച്ചുനോക്കാം. ഫ്ളോർ ഒരു ദിവസംകൂടി നമുക്ക് തന്നിരുന്നെങ്കിൽ - അതി നെങ്ങിനെയാ - (മമ്മൂട്ടി സ്റ്റൈലിൽ ഇരുന്നു കൊണ്ട്) "ഇത്തരം Women's Programmeകൾ ചാനലിന് നഷ്ടം മാത്രമേ നൽകൂ" അറിയാ മല്ലോ? (കുസൃതിയോടെ ചിരിച്ച്) But we have to do it. അല്ലേ?

(അവർ ഉറക്കെ ചിരിക്കുകയും കൈകോർക്കുകയും ചെയ്യുന്നു. കൃഷ്ണ, അവതാരകയെ സന്തോഷാധിക്യത്താൽ ഇറുക്കി കെട്ടിപ്പിടിക്കുകയും കവിളിൽ ഉമ്മവെയ്ക്കാൻ ശ്രമിക്കുകയും ചെയ്യുന്നു.)

"അയ്യോ, പൊതുസ്ഥലമാണ്, നമ്മുടെ ന്യൂസുകാർ കാണും."

"OK - Lights Pls"

(അവർ വെളിച്ച വിതാനം പരിശോധിക്കുന്നു. നടുവിലെ മേശ ശ്രദ്ധയിൽ പ്പെടുന്നു.)

അവതാരക : പുതിയ മേശയാണോ

കൃഷ്ണ : We got it from 'FAB'

അവതാരക : So cute!

(ഇതിനിടയിൽ, അസഹിഷ്ണുതയോടെ ഒരു ആൺശബ്ദം)

ആൺശബ്ദം : (പരുക്കനാണ്) തുടങ്ങിയാലോ.

അവതാരക : (പെട്ടെന്ന് ഗൗരവം വീണ്ടെടുത്ത്) 'Yes'

(ലൈറ്റ് മാറുന്നു, അവതാരിക സ്വന്തം ഇരിപ്പിടത്തിൽ വന്നിരിക്കുന്നു. എഴുതിയ പേപ്പറുകൾ നോക്കുന്നു. വെളിച്ചം അവളിലേക്ക് ക്രമീകരിച്ചു കഴിയുമ്പോൾ

അവതാരകയുടെ സ്ഥിരം ചേഷ്ടകൾ അധികമില്ലാതെ സംസാരിച്ചുതുടങ്ങുന്നു.)

ചക്കീ-ചങ്കരൻ - ഫാമിലി റിയാലിറ്റി ഷോയിലേക്ക് സ്വാഗതം!

(പരിപാടിയുടെ തീം മ്യൂസിക് മുഴങ്ങുന്നു, വെളിച്ചവിതാനം മാറുന്നു, പെട്ടെന്ന് സ്റ്റേജിലെ കറുത്ത കർട്ടനുകൾ മാറുകയും അതിനു പുറകിലുള്ള വെളുത്ത സ്ക്രീനിൽ ചിത്രങ്ങൾ തെളിയുകയും ചെയ്യുന്നു.)

വിഷ്വലുകൾ : നങ്ങ്യാർകൂത്തിന്റെ അവസാനഭാഗത്തിനൊപ്പം തിരശ്ശീല ഉയരുന്നു, നടിയുടെ ക്ലോസ്, ഉരുളിയിൽനിന്ന് വെള്ളമെടുത്ത് മുഖം കഴുകുന്നു.

Cut to

മുറ്റം അടിക്കുന്ന ചൂലിന്റെ ക്ലോസ്, അടിക്കുന്ന സ്ത്രീയുടെ കാലുകൾ,

Cut to

കൈകൊട്ടി കളിക്കുന്ന സ്ത്രീകളുടെ കാലിന്റെ ചലനങ്ങളിലേക്ക് - മുടി വൃത്തിയാക്കുന്ന ചീർപ്പും കൈകളും - മുടിയാട്ടത്തിന്റെ മുടിയുടെ ചലനങ്ങൾ. ചൂല് വെള്ളത്തിൽ കഴുകുന്നതിന്റെ ക്ലോസ്, എഴുതുന്നവ വെട്ടിമാറ്റുന്ന കൈകൾ, കറുത്ത ബോർഡ് വൃത്തിയാക്കുന്നു, ചോക്ക് പിടിച്ച കൈകൾ, വെള്ള ഗ്ലാസ് ധരിക്കുകയും അഴിക്കുകയും ചെയ്യുന്നതിന്റെ ക്ലോസ്, പൊടി കുഴക്കുന്ന കൈ, കൈകൾ ഭ്രാന്തമായി വൃത്തിയാക്കുന്നു, മുഖം തുടച്ചു കൊണ്ടേ ഇരിക്കുന്നവർ ഒരു കൂട്ടമായി ചെയ്തു കൊണ്ടിരിക്കുന്നു.... പാത്രങ്ങൾ കഴുകുന്നു, കാലുകൾ കൂട്ടമായി കഴുകുന്നു. ഒരുതരം സ്വരിക്കലിന്റെ ശബ്ദം, ഒരുതരം ആചാരക്രിയപോലെയുള്ള പെരുമാറ്റ രീതികൾ.... സ്വരിക്കൽ പിറുപിറുക്കലായി രൂപം പ്രാപിച്ച് മുഴങ്ങുന്നു,

Cut to

അവതാരികയുടെ മുഖത്തേക്ക് - വിഷ്വലുകൾ അവസാനിക്കുന്നതിന്റെ തുടർച്ചയായി പെട്ടെന്നുതന്നെ വെളിച്ചം അവതാരകയുടെ ഇരിപ്പു സ്ഥാനത്ത് നൽകി പ്രേക്ഷകശ്രദ്ധ അവിടേക്ക് കൊണ്ടുവരണം. അവതാരകയുടെ Project ചെയ്ത Visualനു തുടർച്ച എന്നവണ്ണം.

അവതാരക : കഴിഞ്ഞ നൂറ്റാണ്ടിന്റെ ആദ്യപകുതിയിൽ തൊഴിൽശാലകളിലേക്ക് എന്ന നാടകം എഴുതിയവരാണ് കേരളത്തിലെ സ്ത്രീകൾ. അണുകുടുംബത്തിന്റെ നിലനിൽപ്പിനായി അവളും തൊഴിലിടങ്ങളിലേക്ക് ഇറങ്ങി. കുടുംബത്തെ കേന്ദ്രസ്ഥാനത്തു വെച്ചുകൊണ്ടുള്ള ഈ തൊഴിലെടുക്കൽ അവൾക്കെന്നും അസ്വസ്ഥത നൽകി.

(അവതാരകയുടെ സ്ഥാനത്തെ വെളിച്ചം മങ്ങുന്നു. വട്ടമേശയ്ക്കടുത്തേക്ക് മുപ്പതു വയസ്സുവരുന്ന ഒരു സ്ത്രീ മറ്റാരോ പ്രേരിപ്പിച്ചതുപോലെ കടന്നു വരുന്നു. ഒരു കസേരയിൽ പ്രേക്ഷകർക്ക് നേരിട്ട് മുഖം കൊടുക്കാതെ ഇരിക്കുന്നു.)

(ഇടയ്ക്ക് അവതാരകയെ നോക്കിക്കൊണ്ട് സംസാരിച്ചു തുടങ്ങുന്നു. വല്ലാത്ത വികാരക്ഷോഭം അവരുടെ ശബ്ദത്തിലുണ്ട്.)

"എനിക്കറിയാം ഇങ്ങനെയൊന്നുമല്ല ഇവിടെ വെച്ച് പറയേണ്ടതെന്ന്. I resigned from my job. So what? Its not a big deal. (ഒന്നു നിർത്തി വീണ്ടും) ഞാൻ ചെയ്തതു വിഡ്ഢിത്തമാണെന്നൊന്നും എനിക്ക് തോന്നുന്നില്ല. എനിക്ക് ഇങ്ങനെ ചെയ്യാനാ ഇപ്പോ തോന്നുന്നേ.... മരിച്ചുപോയ മനുഷ്യരല്ലേ. (ആരുടെയോ ചോദ്യത്തിനുള്ള മറുപടി എന്നപോലെ) ശരിയാ, ഞാൻ എന്റെ ജോലി എന്നു പറഞ്ഞ് എപ്പഴും നടന്നിരുന്നു.... ഞാനെന്റെ ജോലി ശരിക്കും ആസ്വദിക്കുകയും ചെയ്തിരുന്നു.... അതിനിടയിൽ കുടുംബക്കാര്യം.... ആകെ അവതാളത്തിലായി..... കൂട്ടുകാരൊക്കെ എന്നെ വഴക്കുപറഞ്ഞു. പക്ഷേ.... എനിക്ക് ഇവരെ നഷ്ടപ്പെടാൻ വയ്യ. എനിക്കിപ്പോ ഇങ്ങനെ ചെയ്യാനാ തോന്നുന്നേ....

(വീണ്ടും ആവർത്തിക്കുന്നു. വിതുമ്പാൻ തുടങ്ങുന്നു..... കൃഷ്ണ ഓടിവന്ന് പിടിച്ച് അകത്തേക്ക് കൊണ്ടുപോകുന്നു. അതേ വേഗതയിൽ തിരിച്ച് അവതാരകയുടെ അടുത്തേക്ക് വരുന്നു. അവതാരക ആകെ അന്തംവിട്ടിരിക്കുകയാണ്, സംഗീതജ്ഞ ഒരു ദുഃഖസംഗീതം പൊഴിക്കുന്നുണ്ട്.)

കൃഷ്ണ : (വെപ്രാളത്തോടെ) ചേച്ചീ, I am sorry... ഇവർ പറയാൻ വിചാരിച്ചതല്ല പറഞ്ഞുപോയത്. നമുക്ക് വീണ്ടും അവരെക്കൊണ്ട് സംസാരിപ്പിക്കാം.

അവതാരക : (ഉള്ളിലെ സംഘർഷം പുറത്തു കാണിക്കാതെ) അതു സാരമില്ല. പറയാൻ വിചാരിക്കുന്ന തൊക്കെ പറയുവാൻ ആർക്കാ പറ്റുക? അത്

അങ്ങനെ മതി. നമുക്ക് അടുത്തതിലേക്ക് പോകാം.

(അവതാരക സംഗീതജ്ഞയ്ക്ക് സിഗ്നൽ നൽകുന്നു, വെളിച്ചവിതാനം മാറുന്നു. സംഗീതജ്ഞ സംഗീതം ഒരു താരാട്ടിലേക്ക് മാറ്റുന്നു. സ്ക്രീനിൽ അമ്മയെയും മകളെയും സംബന്ധിക്കുന്ന സാമ്പ്രദായിക വിഷ്വലുകൾ തെളിയുന്നു. അവതാരകയും കൃഷ്ണയും സംഗീതജ്ഞയെ നോക്കുന്നു, കൃഷ്ണ അസഹിഷ്ണുതയോടെ അകത്തേക്ക്. അവതാരക മ്യൂസിക് Fade out ചെയ്യാനുള്ള നിർദ്ദേശം കൊടുക്കുന്നു.)

(വെളിച്ച വിതാനം അവതാരകയിലേക്ക്).

അവതാരക : ഒട്ടനവധി സംഘർഷഭരിതമായ സന്ദർഭങ്ങളിലൂടെയാണ് ഈ തലമുറയിലെ ചിന്തിക്കുന്ന സ്ത്രീകൾ കടന്നുപോകുന്നത്. കുടുംബബന്ധത്തിലെ പരമ്പരാഗതസമവാക്യങ്ങളെ അവർ മാറ്റിമറിക്കുന്നു. ഓരോ ബന്ധങ്ങൾക്കകത്തും തങ്ങളുടെ ഇടം കണ്ടെത്താൻ ശ്രമിക്കുന്നു. സാമൂഹ്യബന്ധങ്ങളിലെ സ്വാതന്ത്ര്യം അവർ നെഞ്ചോട് ചേർക്കുന്നു. വിലങ്ങുകളില്ലാത്ത കുടുംബങ്ങൾ ഓരോ സ്ത്രീയുടെയും സ്വപ്നമാണ്. എന്നാൽ സ്വാതന്ത്ര്യം നൽകുന്ന അസ്വാതന്ത്ര്യങ്ങളും ഇവയുടെ ഭാഗമാണ്.

(വെളിച്ചം മങ്ങുന്നു. വട്ടമേശയ്ക്കരികിലെ കസേരയിൽ 50 വയസ്സും 30 വയസ്സുമുള്ള രണ്ടു സ്ത്രീകൾ. സംഗീതംകൊണ്ട് അമ്മയും മകളുമാണെന്ന് അറിയിക്കാൻ സംഗീതജ്ഞ വീണ്ടും ശ്രമിക്കുന്നു.)

മകൾ : (സംസാരത്തിന്റെ തുടർച്ചയെന്നവണ്ണം) അമ്മയ്ക്കിത് മനസ്സിലാവില്ല. എനിക്ക് എല്ലാ കാര്യങ്ങളും നിങ്ങളോട് പറയാനും തോന്നുന്നില്ല. പക്ഷേ അവൻ പറയുന്ന ഒരു കാര്യം ഞാൻ പറയാം, ഒരു ശരിയായ കുടുംബത്തിനകത്ത് വളരാത്തതിന്റെ കുഴപ്പമാ എനിക്കെന്ന്.

അമ്മ : (ചിരിക്കുന്നു) അതുകൊള്ളാം, ഒരു പരമ്പരാഗത കുടുംബത്തിനകത്ത് നീ വളരാതിരിക്കണമെന്നാ ഞങ്ങൾ അന്നും ഇന്നും ആഗ്രഹിച്ചിരുന്നത്.

മകൾ : പക്ഷേ അച്ഛന് കാര്യങ്ങളൊക്കെ മനസ്സിലാവുമായിരുന്നു.....

അമ്മ : (അല്പം കളിയാക്കലോടെ) മനസ്സിലാക്കൽ അല്പം കൂടുതലായിരുന്നു എന്നുമാത്രം.

		നമ്മുടെ പരിചയക്കാർക്ക് വരാനും മിണ്ടാനും ഉള്ളത് കഴിക്കാനുമുള്ള ഒരിടമായിരുന്നല്ലോ നമ്മുടെ വീട്.
മകൾ	:	(ഓർമ്മയിൽനിന്ന്) അവർക്കിടയിലാണല്ലോ ഞാൻ കൈകാലിട്ടടിച്ച് വളർന്നത്. നിങ്ങളെ രണ്ടു പേരെയും ഒറ്റയ്ക്ക് കിട്ടാറേ ഇല്ല. ഏട്ടനെപ്പോഴും പുസ്തകപ്പുഴുവായിരുന്നു. (ആലോചിച്ചുകൊണ്ട്) അവൻ എന്നെ കേൾക്കുകയും സഹിക്കുകയും ചെയ്തിരുന്നു. വലിയ ശാഠ്യമൊന്നും ഇല്ലാത്ത ഒരാളാണ് അവനെന്ന് എനിക്ക് തോന്നി. ഒരു വീടുംവെച്ച് ചോറും കൂട്ടാനും വെച്ചുകളിക്കാൻ വരുന്നോ എന്നു പറഞ്ഞപ്പോ ഞാനതാ 'Yes' പറഞ്ഞത്.
അമ്മ	:	(ഉറക്കെ ചിരിക്കുന്നു) അതെ, അതെ കുറച്ചു കഴിഞ്ഞപ്പോ ചോറും കൂട്ടാനും വെച്ചുകളി നിനക്കു മടുത്തു.
മകൾ	:	(നിസ്സഹായതയോടെ) ചോറും കൂട്ടാനും വെയ്ക്കുന്നതിനൊപ്പം ചേർക്കേണ്ട കുറെ കാര്യങ്ങൾ നിങ്ങളെനിക്ക് പറഞ്ഞുതന്നില്ല. വീട്ടിനകത്ത് യുക്തിസഹമായി സംസാരിക്കരുതെന്ന് (രണ്ടു പേരും മത്സരിച്ച്)
അമ്മ	:	സ്നേഹത്തിന്റെ മുമ്പിൽ യുക്തിയില്ലെന്ന്!
മകൾ	:	അഭിപ്രായവ്യത്യാസങ്ങളിൽ മിണ്ടാതിരിക്കണമെന്ന്!
അമ്മ	:	വീട്ടിൽ അവൻ തലയും നീ വാലുമാണെന്ന്!
മകൾ	:	തലയുള്ളപ്പോൾ വാലാടരുതെന്ന്! (ഒന്നു നിർത്തി) ഇതൊന്നും നിങ്ങളെന്നെ പഠിപ്പിച്ചില്ല. ഞാൻ കുറെ യാത്ര ചെയ്തു, കുറെ മനുഷ്യരെ കണ്ടു, സ്ഥലങ്ങൾ കണ്ടു, സന്തോഷങ്ങളിൽ ഏറെ സന്തോഷിച്ചു.
അമ്മ	:	(ഓർമ്മപ്പെടുത്തുന്നതുപോലെ) മറ്റുള്ളവരുടെ ദുഃഖങ്ങളിൽ ദുഃഖിക്കാനും നീ പഠിച്ചു.
മകൾ	:	ഒതുക്കി, അമർത്തി, സഹിച്ച് ഞാനൊന്നും ചെയ്തിട്ടില്ല.

അമ്മ : നിശ്ശബ്ദമായി, നെഞ്ചുരുകി നീ ജീവിച്ചിരിക്കരുതെന്നാണ് എന്റെ ആഗ്രഹം. എന്നിട്ട് നീ ഇപ്പോൾ എന്തു തീരുമാനിച്ചു?

മകൾ : എന്തെങ്കിലും തീരുമാനിക്കണമെന്ന്

അമ്മ : (കളിയാക്കി) ആ തീരുമാനമെടുത്തിട്ട് ഒത്തിരി കാലമായല്ലോ.

മകൾ : ഒരു അമ്മയുടെ റോള് വല്ലപ്പോഴും അഭിനയിച്ചു കൂടേ?

അമ്മ : (തമാശയോടെ) ഞാൻ യഥാർത്ഥത്തിൽത്തന്നെ നിന്റെ അമ്മയാണല്ലോ.

മകൾ : ചിലപ്പോൾ എനിക്ക് ഒരു സാധാരണ അമ്മ മതിയെന്നു തോന്നും.

അമ്മ : (തമാശമട്ടിൽ) ഒന്നരയും വേഷ്ടിയും മുണ്ടും ഉടുത്ത ഒരമ്മയായാലോ? എനിക്ക് ഒരു സാധാരണ മകളെ വേണ്ടതാനും.

മകൾ : (വിഷമിച്ച്) എനിക്കൊരു ധൈര്യവും തോന്നുന്നില്ല. ഒരു തീരുമാനമെടുക്കാൻ പറ്റുന്നില്ല. ഇവിടെ ആരുമില്ലേ എന്നെ സഹായിക്കാൻ?

അമ്മ : (മേശപ്പുറത്ത് തട്ടിക്കൊണ്ട്) ആരവിടെ!

മകൾ : (ദേഷ്യവും സങ്കടവും) ആരവിടെ! ഒരു തമാശ... മകൾക്ക് പ്രസവവേദന അമ്മയ്ക്ക് വീണ വായന.

അമ്മ : സംഗീതം മനസ്സിനെ ശാന്തമാക്കുമെന്ന് നീ പറയാറില്ലേ? നീ, നിന്റെ അച്ഛനെപ്പോലെ ഹ്യൂമർ സെൻസില്ലാത്തവളായി പോയല്ലോ, കഷ്ടം. (ബാഗിൽനിന്ന് ഫോണെടുക്കുന്നു) സമയമെത്രയായി?

മകൾ : അതു ശരി പോവാണോ? ഒരു ദിവസം നിങ്ങള് പോയില്ലെന്നുവെച്ച് ശരണാലയത്തിലെ സ്ത്രീകൾക്ക് ഒന്നും സംഭവിക്കില്ല.

അമ്മ : അതൊക്കെ ശരിയാ, എന്നാലും

അരങ്ങിലെ മത്സ്യഗന്ധികൾ

മകൾ	:	ഒരു എന്നാലുമില്ല, ഞാനാകെ ടെൻഷനടിച്ചിരിക്കയാ, (അപേക്ഷപോലെ) അമ്മേ, അമ്മ, പറയുന്നതുപോലെ ഞാൻ ചെയ്യാം - എനിക്ക് ഒറ്റയ്ക്ക് ഒന്നും തീരുമാനിക്കാൻ വയ്യ.
അമ്മ	:	(കളിയാക്കിക്കൊണ്ട്) എന്റെ കാര്യങ്ങൾ ഞാൻ തീരുമാനിച്ചോളാം എന്നായിരുന്നു, നീ അക്ഷരങ്ങൾ പെറുക്കി സംസാരിക്കാൻ തുടങ്ങിയപ്പോൾ ആദ്യം പറഞ്ഞത്. (ശാന്തമായി) നീ മനസ്സമാധാനമായിട്ടിരുന്ന് ആലോചിക്ക്. ജീവിതം നിന്റേതാണ്. നിനക്ക് ശരിയെന്നു തോന്നുന്നതുമാത്രം ചെയ്താൽ മതി.
മകൾ	:	പല ശരികളും ഒന്നിച്ചുവന്നാൽ ഞാനെന്താ ചെയ്യുക? ഇതിലേതാവും യഥാർത്ഥ ശരി?
അമ്മ	:	അങ്ങനെ യഥാർത്ഥമായ ശരിയും അല്ലാത്ത ശരിയും ഒന്നുമില്ല. എന്റെ ശരി, നിനക്കങ്ങനെ യാവണമെന്നുമില്ല.
മകൾ	:	നിങ്ങളോട് സംസാരിച്ച് ഞാൻ കൂടുതൽ കൺഫ്യൂഷനിലായി.

(ഇടയ്ക്ക് അമ്മയുടെ ഫോൺ അടിക്കുന്നു)

അമ്മ	:	(ഉച്ചത്തിൽ) ഹലോ, ആ രമണീ, നിങ്ങൾ തുടങ്ങിക്കോളൂ, ഞാൻ ഇപ്പോൾ അവിടെ എത്തും. (മകളോട്) മോളേ അമ്മ ഇറങ്ങട്ടെ - പെട്ടെന്ന് തിരിച്ചു വരാം.
മകൾ	:	(സങ്കടവും ദേഷ്യവും) എന്നെ കാണാനാരും നാളെ വരണ്ട.
അമ്മ	:	(മനസ്സിലാവാത്തമട്ടിൽ) എന്നാൽ മറ്റന്നാൾ വരാം. (സംഘർഷം തണുപ്പിക്കാൻവേണ്ടി) നീ ഉണ്ടാക്കിയ അച്ചാറ് അമ്മയ്ക്ക് എടുത്തുവെയ്ക്കണേ-

(അമ്മ പോകുന്നു)

(മകൾ ചായക്കപ്പുമായി അകത്തേക്ക് പോകുന്നു. അമ്മ പുറത്തേക്കുള്ള വഴിയിൽ അവതാരകയുടെ അടുത്തേക്ക് ചെല്ലുന്നു)

അമ്മ	:	(അടക്കം പറച്ചിലിന്റെ ശബ്ദത്തിൽ) മോളേ, അവളുടെ കാര്യമൊക്കെ നിനക്കറിയാമല്ലോ, പഠിച്ച്,

മിടുക്കിയായി ജോലിയും വാങ്ങിച്ചു. ഇഷ്ടമുള്ളവനെ കെട്ടി. ഒന്നിനും ഞങ്ങൾ എതിര് നിന്നിട്ടില്ല. എന്നിട്ടിപ്പോൾ അവളുടെ അവസ്ഥ കാണുമ്പോൾ നെഞ്ചുരുകുന്നു. ഒന്നും പുറമെ കാണിക്കാതെ നടക്കുകയാ ഞാൻ. (അമ്മ വിതുമ്പുന്നു, അവതാരക ആശ്വസിപ്പിക്കാൻ ശ്രമിക്കുന്നു. അവർക്കും വിഷമം വരുന്നുണ്ട്). പോട്ടെ മോളേ നിന്റെ പരിപാടി നടക്കട്ടെ.

അവതാരക : അമ്മ വിഷമിക്കാതെ, ഉഷാറായിട്ടിരിക്കൂ. (അവിടെ തന്നെ നിന്നുകൊണ്ട്) അടുത്ത ജീവിതകഥകളിലേക്ക് പോകും മുമ്പേ ഒരു Shot Break!

(പരസ്യവാചകങ്ങൾ പാടുന്ന ഗായകസംഘം, കൺഫ്യൂഷനോ? തീരുമാനമെടുക്കാൻ പ്രയാസമോ? എങ്കിൽ.... തുടങ്ങിയ രീതിയിലുള്ള പരസ്യവാചകങ്ങൾ ആകാം. അവർ ബഹളംവെച്ച് പോപ്പ് സംഗീതജ്ഞരെപ്പോലെ പാടുന്നു. അകത്തുനിന്ന് ഒരു സോഫയുമായി നടികൾ പ്രവേശിക്കുന്നു. അവതാരക അവരെ സഹായിക്കുന്നു. ഡയലോഗ് തുടങ്ങുന്ന മുറയ്ക്ക് സംഗീതത്തിന്റെ ശബ്ദം താഴുന്നു, എന്നാൽ സംഗീതജ്ഞയുടെ ഭാവാദികൾ പഴയതുപോലെ തന്നെ!)

അവതാരക : കൃഷ്ണാ അറിയാമല്ലോ, ഇനി ആണുങ്ങളുടെ കൂട്ടായ്മയാണ്.

കൃഷ്ണ : അവരുടെ കള്ളുകുടി പാർട്ടിയാണോ, ചേച്ചീ?

അവതാരക : അവർ കൂടുന്നു എന്നുപറഞ്ഞാൽ പിന്നെ മറ്റെന്താണ് അർത്ഥം?

(കൃഷ്ണയും മറ്റു നടിമാരും ചിരിക്കുന്നു)

അവതാരക : മദ്യക്കുപ്പികൾ മേശയ്ക്കു പുറത്തുവെയ്ക്കൂ, സിഗരറ്റുകുറ്റിയും തീപ്പെട്ടിക്കോലും ആ കവറിൽ ശേഖരിച്ചു വെച്ചിട്ടുണ്ട്. അതെടുത്ത് ഇവിടെയൊക്കെ വൃത്തികേടാക്കിയിടൂ.

(കൃഷ്ണ അല്പമല്പം അവിടെയവിടെയായി വിതറുന്നു)

നടി 1 : (ഗൗരവം അഭിനയിച്ച്) നീ ഇത് എന്താ ചെയ്യുന്നേ, ഇത് ആണുങ്ങളുടെ മുറിയാണ്, നീ തലങ്ങും വിലങ്ങും അത് വാരിയിട്ടേ.

നടി 2 : (സ്വഗതം എന്നപോലെ) കുറച്ച് മുഷിഞ്ഞ അടിവസ്ത്രം കിട്ടിയിരുന്നെങ്കിൽ

നടി 1 : കിട്ടിയിരുന്നെങ്കിൽ?

നടി 2 : (കളിമട്ടിൽ) ഇവിടെയൊക്കെ തൂക്കിയിടാമായിരുന്നു. ഒരു reality effect കിട്ടിയേനെ!

(എല്ലാവരും പൊട്ടിച്ചിരിക്കുന്നു)

അവതാരക : (കൃത്രിമഗൗരവത്തോടെ) പെൺകുട്ടികളേ, പതുക്കെ ചിരിക്കൂ, നിങ്ങൾക്ക് ഒരടക്കവും ഒതുക്കവും ഇല്ലാതെപോയല്ലോ.

(അവർ വീണ്ടും ചിരിക്കുന്നു)

അവതാരക : പരസ്യം കഴിയുന്ന മുറയ്ക്ക് നമുക്ക് ആരംഭിക്കണം.

(ഗായകസംഘത്തെ നോക്കി ഇനി എത്ര ബാക്കിയുണ്ടെന്നു ചോദിക്കുന്നു. രണ്ട് എന്ന് ആംഗ്യം കാണിച്ചുകൊണ്ട് അവർ പാടുന്നു. പരസ്യം കഴിയുന്ന മുറയ്ക്ക് അവതാരകയുടെ ഇരിപ്പിടത്തിനു മുകളിൽ വെളിച്ചം വീഴുന്നു. അവർ ഇരിപ്പിടത്തിലില്ല. അവിടേക്ക് ഓടിവന്ന് ഇരിക്കുന്നു)

അവതാരക : (ധൃതിയിൽ) 'Yes!' (പിന്നെ സാവകാശമെടുത്ത്) ആൺ സൗഹൃദങ്ങൾ ഇല്ലാത്ത സ്ത്രീകൾ നമുക്കിടയിൽ കുറവാണ്. അവർ നമ്മുടെ ജീവിതത്തോട് ചേർന്നുനിൽക്കുന്നവരാണ്. നമ്മുടെ കൂടെ പഠിച്ചവർ, ഭർത്താക്കന്മാരുടെ കൂട്ടുകാർ, സഹപ്രവർത്തകർ..... അവരില്ലാതെ നമ്മുടെ ജീവിതം എങ്ങനെ പൂർണ്ണമാകാനാണ്?

(ബോബ് മെർലിയുടെ റോക്ക് സംഗീതം മുഴങ്ങുന്നു, സ്ക്രീനിൽ ഗൗരവമേറിയ രാഷ്ട്രീയചർച്ചകൾ, ന്യൂസ്, സമരമുഖം, ആർട്ട് സിനിമയുടെ വിഷ്വലുകൾ എന്നിവ ശബ്ദമില്ലാതെ - ഈ കഥാപാത്രങ്ങളുടെ സാമൂഹ്യഇടപെടലുകളും വിഷ്വലിൽ കാണാം. 45-നും 55-നുമിടയ്ക്കു പ്രായമുള്ള മൂന്ന് പുരുഷന്മാർ മേശയ്ക്കുചുറ്റും വെളിച്ചം വീഴുമ്പോൾ ഇരുന്നു മദ്യപിക്കുന്നു. കുപ്പി തുറക്കുക, ഒഴിക്കുക എന്നീ പ്രവർത്തികളിൽ ഏർപ്പെട്ടുകൊണ്ട്, ഈ മൂന്നുപേരും ദീർഘകാല സുഹൃത്തുക്കളും സമൂഹത്തിൽ അറിയപ്പെടുന്നവരുമാണ്. ധാരാളം സ്ത്രീകൾ സുഹൃത്തുക്കളായി ഉള്ളവർ. പുരുഷന്മാരിൽ ഒന്നാമൻ അല്പം മിതവാദിയാണ്. രണ്ടാമനും മൂന്നാമനും പരസ്പരം വഴക്കിടുന്നതിൽ ആനന്ദം കണ്ടെത്തുന്നവരാണ്.)

ഒന്നാമൻ : (മദ്യമെടുത്ത് സോഫയിൽ ചെന്നിരുന്നുകൊണ്ട് വിഷമത്തോടെ) ഒന്നു കൂടാൻ പറ്റുന്നില്ലാന്നേ! അവളുടെ വിചാരം എനിക്ക് മാറാരോഗം ആണെന്നാ. നൂറു കള്ളം പറഞ്ഞാണ് പുറത്തിറങ്ങിയത്.

രണ്ടാമൻ : (പരിഹസിച്ചുകൊണ്ട്) പിന്നെ? നീ അവളോട് പറഞ്ഞിട്ടല്ലേ എല്ലാ കാര്യങ്ങളും ചെയ്യാറ്? എന്നെ

		ക്കൊണ്ട് പറയിപ്പിക്കണ്ട. എടാ എന്നെ നോക്കൂ. ഞാൻ വിവാഹിതനാണോ, അതെ - ഒറ്റയ്ക്കാണേ, അതും അതെ. അവർക്കും സന്തോഷം എനിക്കും സന്തോഷം.
മൂന്നാമൻ	:	(രണ്ടാമനോടായി പരിഹാസവും കളിയും നിറഞ്ഞ മട്ടിൽ) നിങ്ങൾ സ്വവർഗ്ഗരതിക്കാരുടെ കൂട്ടായ്മയിൽ കിടന്നു തുള്ളുന്നതു കണ്ടല്ലോ - വേറെ പണിയൊന്നുമില്ലേ!
രണ്ടാമൻ	:	(അതിവിനയം അഭിനയിച്ച്) അതൊരു അബദ്ധം പറ്റിയതാ - പിന്നെ അവളല്ലേ അതിനു മുൻകൈ എടുക്കുന്നത്?
ഒന്നാമൻ	:	(പരിഹസിച്ചുകൊണ്ട്) ഉം..... പ്രായം 50 കഴിഞ്ഞു. പഴയതുപോലെ ഓടണ്ട.
രണ്ടാമൻ	:	(ഗൗരവത്തോടെ) എടാ, നമുക്ക് ഈ നടക്കുന്ന സംഭവത്തിൽ ഗൗരവമായിട്ട് എന്തെങ്കിലും ചെയ്യണമല്ലോ, നീ ആ ഫോണെടുത്തുവെച്ച് നമ്മുടെ കക്ഷികളെ ഒക്കെ ഒന്നുവിളി. ഇങ്ങനെ ഒരു സമരം അടിച്ചമർത്തുമ്പോൾ കൈയ്യും കെട്ടി നോക്കിനിൽക്കുന്നത് ശരിയല്ല. നമ്മുടെ ഇ-മെയിൽ ഗ്രൂപ്പിൽ ഞാൻ ഒരു തുടക്കം ഇട്ടിട്ടുണ്ട്!
മൂന്നാമൻ	:	(രണ്ടാമനോടായി, പരിഹാസത്തോടെ) ഇതിന് എത്രയോ വർഷംമുമ്പ് ഈ കാര്യത്തിൽ ഇതിനേക്കാൾ വലിയ സമരം അടിച്ചുകലക്കിയപ്പോ നിങ്ങള് ഭരണപക്ഷമായിരുന്നോ?
ഒന്നാമൻ	:	(തർക്കം തീർക്കാനെന്ന മട്ടിൽ) വെറുതെ ഇരിക്ക്. ഇവിടെ അതല്ലാ പ്രശ്നം. രവീന്റെ കാര്യം! വല്ല്യ കഷ്ടാ അവന്റെ സ്ഥിതി. കുറ്റബോധവും വിഷമവും കാരണം വല്ലാതെ തകർന്നിരിക്കയാ-
രണ്ടാമൻ	:	(ദുഃഖം അഭിനയിച്ച്) അവനിത്രയും ബുദ്ധിയില്ലാത്തവനായല്ലോ- അവന്റെ ഭാര്യയുടെ കയ്യീന്ന് കുറെ നല്ല കോട്ടയം മീൻകറി ഒഴിച്ച് ചോറുണ്ടതാ - നല്ല മിടുക്കി കൊച്ച്. അവനവളെ കെട്ടീല്ലായിരുന്നെങ്കിൽ.....
മൂന്നാമൻ	:	(രണ്ടാമനോട്, പരിഹാസത്തോടെ) നിങ്ങളവളെ കെട്ടുമായിരുന്നിരിക്കും!

അരങ്ങിലെ മത്സ്യഗന്ധികൾ

രണ്ടാമൻ	:	(ദേഷ്യത്തോടെ) വങ്കത്തരം പറയാതെ.
ഒന്നാമൻ	:	(വിഷമത്തോടെ) അവനാകെ കൺഫ്യൂഷനിലാ.
രണ്ടാമൻ	:	(അദ്ഭുതത്തോടെ) ഹോ അവളിങ്ങനെ പ്രതികരിക്കുമെന്ന് ഞാൻ പ്രതീക്ഷിച്ചില്ല. നമ്മുടെ ഫെമിനിസ്റ്റുകൾ ഇവളെ കണ്ടു പഠിക്കണം!
മൂന്നാമൻ	:	(പരിഹാസഭാവത്തോടെ) ഉം, അവളുമാരു കേക്കണ്ട, നമ്മളെയൊക്കെ സഹിച്ചുതരുന്നതിന് അവളുമാർക്ക് അവാർഡ് കൊടുക്കണം!
ഒന്നാമൻ	:	(കാര്യങ്ങൾ അവതരിപ്പിക്കുന്ന രീതിയിൽ) വീട് അവളുടെ പേരിലാ വെച്ചത്. ഭൂമി അവന്റേതും. അവളു പറഞ്ഞു രവിയോട് അവിടെ നിന്നിറങ്ങാൻ. പാവം രവി, അവൻ ലോണെടുത്തുവെച്ച വീടല്ലേ!
രണ്ടാമൻ	:	(ഉറപ്പിച്ചമട്ടിൽ) So what! അവൾ അവന്റെ ഭാര്യയല്ലേ? രണ്ടു പിള്ളേരുമില്ലേ? അവരവിടെ താമസിക്കട്ടെ.
ഒന്നാമൻ	:	(സന്ദേഹത്തോടെ) അപ്പോൾ അവനോ...
രണ്ടാമൻ	:	(പരിഹാസപൂർവ്വം) നമ്മുടെ കഥാനായികയുടെ അടുത്ത് പോവട്ടെ–
മൂന്നാമൻ	:	(അവജ്ഞയോടെ) ഉം, ചെന്നാമതി. അവള് ശരിപ്പെടുത്തിവിടും.
രണ്ടാമൻ	:	(അവജ്ഞയോടെ) അവൾക്ക് എല്ലാം അല്പം കൂടുതലാ – അവളുടെ....... (തെറി പറയാനുള്ള പുറപ്പാട്)
മൂന്നാമൻ	:	(സംഭാഷണത്തെ മുറിച്ചുകൊണ്ട്) ഒന്നു പതുക്കെ... എന്റെ മോള് അപ്പുറത്ത് കിടന്നുറങ്ങുന്നു. അവളു തള്ളയ്ക്ക് റിപ്പോർട്ട് ചെയ്യും.
രണ്ടാമൻ	:	(പരിഹാസത്തോടെ) പിന്നെ നിന്റെ കാര്യം പോക്കാ.
മൂന്നാമൻ	:	(നിസ്സംഗതയോടെ) അത് അല്ലേലും പോക്കാ.
ഒന്നാമൻ	:	(വിഷമത്തോടെ) നമ്മൾ സുഹൃത്തുക്കൾപോലും ഇല്ലെങ്കിൽ അവനാകെ തളർന്നുപോകും.

രണ്ടാമൻ	:	ഞാനവനെ വിളിച്ച് എന്റെ കൂടെവന്നു കുറച്ചുദിവസം താമസിക്കാൻ പറയാം.
മൂന്നാമൻ	:	(പരിഹാസത്തോടെ) പിന്നെ രാവിലെ അടിച്ചുതുടങ്ങാലോ അല്ലേ?
ഒന്നാമൻ	:	രവിക്കു വേണ്ടത് 'മെന്റൽ സപ്പോർട്ടാ', അവൻ ഭാര്യയുമായി അത്രയും depended ആയിരുന്നു. അവളായിരുന്നു വീടിന്റെ അഡ്മിനിസ്ട്രേറ്റർ.
രണ്ടാമൻ	:	(ഓർത്തെടുത്തുകൊണ്ട്) പക്ഷേ അവന് ഈ സൂക്കേട് പണ്ടേ ഉള്ളതാണല്ലോ?
മൂന്നാമൻ	:	(കളിമട്ടിൽ) അതൊക്കെ നമ്മൾ അത്ര കാര്യമാക്കി എടുക്കേണ്ടതുണ്ടോ?
രണ്ടാമൻ	:	(തൻപോരിമയിൽ) ആയിക്കോട്ടെ. പിന്നെ രണ്ടാളും കൂടി കെട്ടിപ്പിടിച്ചോണ്ട് ഇരിക്കരുത്. എന്നെപ്പോലെ ആണെങ്കിൽ പിന്നെ കുഴപ്പമില്ല.....
മൂന്നാമൻ	:	(പരിഹാസപൂർവ്വം) അതിനെപ്പറ്റി ആർക്കാ അറിയാത്തത്? നിങ്ങളെ സഹിച്ചു, സഹിച്ചു അവൾ നയത്തിൽ ഇങ്ങനെയങ്ങു തീരുമാനിച്ചു. അവൾ ഒറ്റയ്ക്കു ജീവിക്കാൻ കെല്പുള്ളവളായതിനാൽ നിങ്ങളത് സൗകര്യമായിട്ട് അങ്ങെടുത്തു. അത്ര തന്നെ.
രണ്ടാമൻ	:	(മൂന്നാമനോട്, ദേഷ്യത്തോടെ) എടാ, പന്ന നമ്പൂതിരി, എന്നെക്കൊണ്ട് നീ അധികം പറയിപ്പിക്കാതെ.
മൂന്നാമൻ	:	(തലയാട്ടിക്കൊണ്ട്) ഉവ്വ്.... ഉവ്വ്....
ഒന്നാമൻ	:	(വിഷമവും ദേഷ്യവും കലർന്ന ശബ്ദത്തിൽ) നിങ്ങൾക്കു രണ്ടിനും ഇതെന്തിന്റെ കുറവാ? കണ്ടാൽ ഉടക്കി, ഉടക്കി.... റഫറികളി എനിക്ക് മടുത്തു.
രണ്ടാമൻ	:	(മദ്യം തലയ്ക്കുപിടിച്ചു തുടങ്ങിയിരിക്കുന്നു) നീ റഫറി കളിക്കണ്ടടാ - ഇറങ്ങികളീ.... ഞങ്ങളേ, മീശ മുളച്ച കാലത്ത് കാണാൻ തുടങ്ങിയതാ - ഇവൻ എന്റെ ഗുരുവാ എല്ലാറ്റിനും. (ചിരിക്കുന്നു) (മൂന്നാമനോടായി) എടാ ഗോവയിലുവെച്ച് നീ മറ്റവൾക്ക് ത്രിവർണ്ണപതാക ഉടുക്കാൻ കൊടുത്തത്.

മൂന്നാമൻ : (പരിഭ്രമത്തോടെ) പതുക്കെ.... മോള്.... നിന്റെ അന്നത്തെ ഒരു ടെൻഷൻ

രണ്ടാമൻ : (ദേഷ്യം അഭിനയിച്ച്) എന്നെ നശിപ്പിച്ചിട്ട്.....

മൂന്നാമൻ : ഉം, (കളിയാക്കിക്കൊണ്ട്) എടാ നാട്ടിലെ പെണ്ണുങ്ങള് എഴുതുമ്പോ 'അവതാരിക' എഴുതാൻ എന്താ ധൃതി, എന്റെ പുസ്തകം ഞാനിവിടെ വെച്ചിട്ട് കുറെ കാലമായി.

ഒന്നാമൻ : വീണ്ടും തുടങ്ങി.... വല്ലതും കഴിച്ചാൽ വയറ്റിൽ കിടക്കണം. ഞാൻ ഇറങ്ങുന്നു. (രണ്ടാമനോടായി) നിങ്ങളെ ഡ്രോപ്പ് ചെയ്യണോ?

രണ്ടാമൻ : ഞാനും വരാം. ഇവിടെ ഇരുന്നാൽ ഒരു കൊലപാതകം എപ്പം നടന്നു എന്ന് ചോദിച്ചാൽ മതി. (എല്ലാവരും ചിരിക്കുന്നു) നീ നമ്മുടെ കക്ഷികളെ ഒക്കെ വിളിച്ച് പ്രസ്താവനയിൽ ഒപ്പുവെക്കാൻ പറയണം. ലേഖനം നാളെ പുലർച്ചയ്ക്ക് ഞാനെഴുതി തീർക്കാം.

ഒന്നാമൻ : നിങ്ങളാ രവിയെ വിളിക്കണം.

രണ്ടാമൻ : എപ്പോ വിളിച്ചെന്ന് ചോദിച്ചാ മതി.

(രണ്ടുപേരും പുറത്തേക്ക്. മൂന്നാമൻ മറ്റൊരു ദിശയിലേക്കും)

ചൂലുമായി ഒരു നടി പ്രവേശിക്കുന്നു. തിരക്കുപിടിച്ച് നിലം വൃത്തിയാക്കുന്നു. കൃഷ്ണ പ്രവേശിച്ച് മദ്യക്കുപ്പികൾ യഥാസ്ഥാനത്ത് വെയ്ക്കുകയും മറ്റും ചെയ്യുന്നു. നടി കുസൃതിയോടെ ഒരു വേഷ്ടി സ്റ്റാന്റിൽനിന്ന് എടുത്ത് ധരിക്കുന്നു. എന്നിട്ട് ഒരു മദ്യപാനിയായ ഭർത്താവിനൊപ്പം ജീവിക്കുന്നവൾ എന്ന ഭാവത്തിൽ, പ്രൊഫഷണൽ നാടകത്തിലെ ഡയലോഗ് പറച്ചിലിനെന്നപോലെ സാങ്കൽപ്പിക മൈക്കിന്റെ അടുത്തേക്ക് വരുന്നു. ഒരു കൈയ്യിൽ ചൂല്, മറുകയ്യിൽ മദ്യക്കുപ്പി) (അവതാരക അവരുടെ ജോലികളിലാണ്, ഇടയ്ക്ക് ഇവരുടെ കളികൾ കാണുന്നുണ്ട്)

നടി : (ഭാവാഭിനയത്തോടെ) മദ്യം മണക്കുന്ന, പുരുഷന്മാരുടെ പൊട്ടിച്ചിരികൾ നിറഞ്ഞ വൈകുന്നേരങ്ങളിൽ ഞാൻ അടുക്കളയിൽ നടുവൊടിഞ്ഞ് അവർക്കായി വെന്തുകൊണ്ടേ ഇരിക്കും. പാതിരാവിൽ പൊട്ടിച്ചിരികൾ അടങ്ങുമ്പോൾ മദ്യമൊഴിഞ്ഞ ഗ്ലാസ്സുകളും ഛർദ്ദിലും ബീഡിക്കുറ്റികളും ചിതറിക്കിടക്കുന്നു ഈ മുറിയിൽ ഞാൻ തനിച്ചാവും. (പിന്നെ നോർമലായി കൃഷ്ണയെ നോക്കിക്കൊണ്ട്) ഇനി ഇതൊക്കെ വൃത്തിയാക്കേണ്ട പാട് എനിക്ക്.

		(വീണ്ടും ഭാവാഭിനയത്തോടെ) ഈശ്വരാ! (തലയിൽ കൈവെച്ച് പോസു ചെയ്യുന്നു)
കൃഷ്ണ	:	(നടിയുടെ അഭിനയം നോക്കി നിൽക്കുന്നിടത്തുനിന്ന്, ഭാവാഭിനയത്തോടെ) അമ്മേ! നമ്മുടെ വിധി! (പെട്ടെന്നു നോർമലായി) അതെ, അധികം ഭാവാഭിനയത്തിന് സമയമില്ല. ചേച്ചി anchor bit എഴുതിക്കഴിഞ്ഞു. (നടി മദ്യക്കുപ്പി താത്പര്യപൂർവ്വം മണപ്പിക്കുന്നു. ചിരിച്ചുകൊണ്ട്, പെട്ടെന്ന് വൃത്തിയാക്കുന്നു, അവതാരക അവർ കാണാതെ അവരുടെ കുസൃതി ആസ്വദിച്ച് ചിരിക്കുന്നു. അവർ പോകുന്ന മുറയ്ക്ക്, വെളിച്ചവിതാനം മാറുന്നു. പ്രായമായ സ്ത്രീകളെ സംബന്ധിക്കുന്ന നാട്ടുനടപ്പ് ചിത്രങ്ങൾ സ്ക്രീനിൽ തെളിയുന്നു. സംഗീതത്തിലും അത്തരമൊന്ന് കേൾക്കാം - അവതാരക ഫെയ്ഡ് ഔട്ടിനുള്ള നിർദ്ദേശം കൊടുത്തുകൊണ്ട് സംസാരിച്ചു തുടങ്ങുന്നു)
അവതാരക	:	"ഞാനിവിടേക്ക് കയറിവരുമ്പോൾ നിങ്ങളോട് സംസാരിച്ചിരുന്ന ആന്റി പറയാൻ ശ്രമിച്ച ചില കാര്യങ്ങളുണ്ട്. അതുപോലുള്ള ചില ആന്റിമാരുടെ ജീവിതം നിങ്ങളുടെ കാഴ്ചയിലേക്ക്.

(വിഷ്വലുകൾ തുടരുന്നു, സംഗീതം ഉച്ചസ്ഥായിയിൽ. പതുക്കെ ഫെയ്ഡ് ഔട്ട് - രംഗമധ്യത്തിലേക്ക് വെളിച്ചം വീഴുമ്പോൾ രണ്ടു പ്രായംചെന്ന സ്ത്രീകളും അവർക്ക് പുറകിൽ ചാരുകസേര, വെറ്റിലചെല്ലം, മുണ്ടും നേര്യതും ഒക്കെയായി രണ്ടു നടന്മാരും പ്രവേശിക്കുന്നു. വരവിന് പരിചിതമായ ഏതെങ്കിലും താളവും ചലനവും ആകാം. സ്ത്രീകൾ സ്റ്റാന്റിൽനിന്ന് തിളക്കമുള്ള ഒരു ഷോളെടുത്ത് ഭംഗിനോക്കി തിരികെ വെക്കുന്നു, ഇതിനെ തടസ്സപ്പെടുത്തിക്കൊണ്ട് നടന്മാർ.)

നടൻ 1	:	ആന്റിമാരുടെ കോസ്റ്റ്യൂം ഞങ്ങളുടെ കയ്യിലുള്ളതാ - ഈ സെറ്റ് എവിടെയാ വെക്കേണ്ടത്.
നടൻ 2	:	(അവർ ശ്രദ്ധിക്കാത്തതിനാൽ) ആന്റീ, ലൈറ്റ് വീഴുന്നോടത്ത് വെയ്ക്കാനാ പറഞ്ഞേ, ഇവിടെ വെയ്ക്കട്ടയോ.
ആന്റി 1	:	ഇതു ഞങ്ങൾക്കാണോ?
നടൻ 1	:	അതെ, ഈ വേഷ്ടീം മുണ്ടും....
ആന്റി 2	:	നീ ഒരു കാര്യം ചെയ്, ഇത് തന്നയച്ചവരോട് ഇതൊക്കെ ഉടുത്ത്, ചാരുകസേരേല് ഇരുന്നോളാൻ പറാ-

ആന്റി 2	:	പോടാ, വേഗം പോയി നിന്റെ അപ്പൂപ്പന്മാർക്ക് ഇരിക്കാൻ കൊടുക്ക്. (അവർ രക്ഷപ്പെടുന്നു)
ആന്റി 1	:	(സ്നേഹത്തോടെ) നീ ആ ബി.പിയുടെ മരുന്നെടുത്ത് കഴിക്ക്. നിനക്ക് വല്ലാതെ ദേഷ്യംവരുന്നു.
ആന്റി 2	:	(ദേഷ്യം ശമിക്കാതെ) എനിക്ക് അല്ലാതെയും ദേഷ്യം വരും. പ്രായമായിപ്പോയി, അല്ലെങ്കിൽ
ആന്റി 1	:	ഉം, ആവൂ!

(അവർ സോഫയിൽ ഇരിക്കുന്നു)

ആന്റി 2	:	നല്ല പ്രായത്തിൽ തിരക്കുകാരണം വിശ്രമിക്കാൻ സമയമില്ലായിരുന്നു. ഇപ്പോൾ വിശ്രമിക്കാൻ എല്ലാവരും പറയുമ്പോൾ എനിക്ക് തിരക്കാണ് ഇഷ്ടം.
ആന്റി 1	:	'താലിപോയി മനം തെളിഞ്ഞു' എന്നല്ലേ?
ആന്റി 2	:	അതു ശരിയാ, അതിയാൻ പോയതിനുശേഷമാ ഞാനിതിനെ കുറിച്ചൊക്കെ ആലോചിക്കാൻ തുടങ്ങിയത്. എനിക്ക് കുറെ യാത്ര ചെയ്യാൻ മോഹമുണ്ട്. നല്ല അടിപൊളി സ്ഥലങ്ങളൊക്കെ കാണണം.
ആന്റി 1	:	നിനക്ക് കേക്കണോ ഒരു തമാശ, ഇന്നലെ ഞാനെന്റെ ഒരു പഴയ പട്ടുസാരി വെറുതെ ഉടുത്തുനോക്കി. കണ്ണാടിക്കുമുമ്പിൽ അല്പനേരം നിന്നപ്പോഴേക്കും അവളൊരു ചൂട്ടനോട്ടം, അവളുടെ അതിയാൻ ഇതൊന്നും കാണേണ്ട എന്നൊരു പറച്ചിലും.
ആന്റി 2	:	എനിക്ക് ഈ ചാരുകസേരയിലിരുന്ന് കവിയൂർ പൊന്നമ്മയും മാവേലിക്കര പൊന്നമ്മയും കളിക്കാൻ എന്തായാലും വയ്യ.
ആന്റി 1	:	ആ സോണിയാഗാന്ധിയൊക്കെ എന്തു ഉഷാറായിട്ടാ ഓടി നടക്കുന്നേ-
ആന്റി 2	:	നമ്മുടെ ഗൗരിയമ്മയോ?
ആന്റി 1	:	ഉം! 55 വയസ്സിൽ റിട്ടയർ ചെയ്തുകഴിഞ്ഞാ നമ്മളെപ്പോലെ ഉള്ള സ്ത്രീകൾക്ക് അടുക്കളയേ ശരണം.

ആന്റി 2 : ജോലി ഉള്ള കാലത്തും അതുതന്നെ.

ആന്റി 1 : പറഞ്ഞിട്ടെന്തുകാര്യം? പ്രായമായികഴിഞ്ഞാ, കിടന്നുറങ്ങാൻ സ്വന്തമായി ഒരു മുറിപോലും ഇല്ല. അതൊക്കെ പോരാഞ്ഞ് മോനിന്നലെ ചോദിക്കയാ, പത്രം ഇങ്ങനെ ഇരുന്നു കാണാപാഠം പഠിച്ചിട്ട് എന്തു കിട്ടാനാ എന്ന്.

ആന്റി 2 : പിള്ളേർക്ക് എന്തും ചോദിക്കാം. നമുക്ക് പ്രായമായി പോയില്ലെടീ. ജോലിചെയ്യുന്ന കാലത്തെ, ഈ നാട്ടിലെ ഓരോ വീട്ടിലും ഞാൻ കേറിയിറങ്ങീട്ടുണ്ട്. ഇന്നലെ മോള് ചോദിക്കുവാ, അമ്മയെന്തിനാ, ഈ നാട്ടുകാരോടൊക്കെ മിണ്ടീം പറഞ്ഞും ഇരിക്കുന്നതെന്ന്. അവൾക്കതൊരു നാണക്കേട്!

ആന്റി 1 : എന്റെ അമ്മയെപ്പോലെ ഒരു അമ്മയാവാൻ എനിക്ക് പറ്റുമോ? അവരെപ്പോലെ വീട്ടിലിരുന്ന് ചട്ടീം കലോം മോറാനല്ല എന്നെ അവര് പഠിപ്പിച്ചത്!

ആന്റി 2 : നീ അതൊക്കെ കള, കോളനീലെ ആഘോഷത്തിന് നീ പേരുകൊടുത്തിട്ടില്ലേ? നീ വല്ലതും പാടിനോക്കിയോ?

ആന്റി 2 : 'തെച്ചി, മന്ദാരം തുളസി' പാടാനൊന്നും ഞാൻ പോകുന്നില്ല. നിനക്ക് ലജ്ജാവതിയുടെ മുഴുവൻ വരിയും അറിയാമോ?

ആന്റി 1 : അതൊന്നും നീ പാടിയാൽ ശരിയാവില്ല. നമ്മുടെ കാലത്തെ നല്ല പാട്ട് പാടൂ 'എല്ലാരും ചൊല്ലണ്....' (പതുക്കെ ചൊല്ലി തുടങ്ങി, പിന്നെ പാടുന്നു. ആന്റി 2 ചേർന്നുപാടുന്നു, ആ പാട്ടിൽനിന്ന് അമ്പലക്കുളങ്ങര....യിലേക്കും അഞ്ജനകണ്ണെഴുതിയിലേക്കും മാറുന്നു. സംഗീതജ്ഞ അതിനാവശ്യമായ Background സംഗീതം നൽകുകയും കൂടെ പാടുകയും ചെയ്യുന്നു. ആന്റിമാർ ആവേശത്തിൽ ഗാനമേളയുടെ മൂഡിലേക്ക്, കൃഷ്ണ ഓടിവന്ന് ആന്റിമാരുടെ മൂഡിനെ തകർക്കുന്നു.)

കൃഷ്ണ : അതേ, വല്യമ്മച്ചി, ഡയലോഗ് തീർന്നെങ്കിൽ നമുക്ക് അകത്തേക്ക് പോയാലോ?

ആന്റി 1 : ഞങ്ങള് ഇവിടെ കേറിയിരുന്ന് രണ്ടുപാട്ട് പാടിയാലെന്താ കുഴപ്പം.

കൃഷ്ണ : അതല്ലമ്മച്ചി, ഇനിയും കുറച്ചുപേരൊക്കെ പങ്കെടുക്കാനുള്ള പരിപാടിയല്ലേ അതാ–

ആന്റി 2 : ഈ പിള്ളേരുടെ ഒരു കാര്യം. മനസ്സമാധാനമായിട്ട് ഒന്നും ചെയ്യാൻ സമ്മതിക്കില്ല.

(കൃഷ്ണയും മറ്റൊരു നടിയും അവരെ പിടിച്ചുകൊണ്ട് പോകുന്നു. അതിനിടയിൽ...)

ആന്റി 1 : എന്നാ പിന്നെ ഇറങ്ങിയേക്കാം. എന്താ–

ആന്റി 2 : (സംഗീതജ്ഞയോടായി) അടുത്തതവണ കാണുമ്പോൾ ബാക്കി പാടാം.

സംഗീതജ്ഞ : (വിസ്തരിച്ച് കൈകൂപ്പുന്നു)

ആന്റി 1 : (ആന്റി 2-നോടായി) നീ ആ ബിപിയുടെ മരുന്ന് കഴിക്കാൻ മറക്കണ്ട–

(വെളിച്ചം മങ്ങുന്നു. അവതാരകയുടെ മൊബൈൽ ഫോൺ ശബ്ദിക്കുന്നു)

അവതാരക : (പ്രേക്ഷകരുടെ ഭാഗത്തേക്ക് നോക്കി) ഒരു നിമിഷം ഇതൊന്ന് എടുത്തോട്ടെ, (ഫോണിൽ) ഹലോ.... ആ.... ചേച്ചി.... അതേ ഷൂട്ടിന്റെ ഇടയിലാ. എന്താ, എന്തിനാ വിളിച്ചതെന്നോ, ഞാനല്പം മോശം മൂഡിലായിരുന്നു.... ഇല്ല.... അവന് ചെറിയ പനി.... സരസ്വതിചേച്ചി രണ്ടു ദിവസായി വരുന്നില്ല.... വീടാകെ – ഇറവിടുന്നെ പണിയാണെങ്കില് – അറിയാമല്ലോ – ഒരുതരം ഭ്രാന്തുപിടിച്ച അവസ്ഥ.... ഉം.... ഉം.... പിന്നെ സംസാരിക്കാം. that's fine.... ശരി ചേച്ചി.... വരുമ്പോ നല്ല രണ്ടു സാരി വേണം. Function ന് ഉടുക്കാൻ പറ്റുന്നത്. ഒ.കെ ചേച്ചി. Call you later. എന്താ ചിരിക്കാൻ മറക്കണ്ട എന്നോ? അല്ലാതെ എന്താ വഴി... ഉം.... bye. ചേച്ചീ!

(പ്രേക്ഷകരോടായി) – സോറി –

(കൃഷ്ണ അവസരോചിതമായി ഓടിവന്ന്)

കൃഷ്ണ : ഇനി രണ്ടു bits മാത്രമേ ബാക്കിയുള്ളൂ. നമുക്ക് എളുപ്പം തീർക്കാം. പക്ഷേ ഒരു ചെറിയ പ്രശ്നമുണ്ട് ചേച്ചി. 'കൂട്ടുകാരിയും കൂട്ടുകാരനും'

topicന് പറ്റിയ ആളുകളെ fix ചെയ്യാൻ പറഞ്ഞ പ്പോൾ, ഞങ്ങൾ രണ്ടുപേരും പരസ്പരം അറി യാതെ ഓരോ ഗ്രൂപ്പിനെ contact ചെയ്തുപോയി. ആ രണ്ടു ഗ്രൂപ്പും ഒരേ bit ചെയ്യാൻ റെഡിയാ യി വന്നിരിക്കയാ, ആരെയാ ഒഴിവാക്കുക? ചേച്ചി യൊന്ന് സംസാരിക്കാമോ?

അവതാരക : (ആലോചിച്ചുകൊണ്ട്) ഉം - രണ്ടു ഗ്രൂപ്പിനെ ക്കൊണ്ടും ചെയ്യിപ്പിക്കാം. ഏതായാലും വന്ന തല്ലേ - Interesting ആയത് നമുക്ക് പരിപാടിയിൽ ചേർക്കാം. ഇപ്പോഴത് അവരോട് പറയണ്ട. പെട്ടെ ന്നാവട്ടെ!

OK - Lights - Music Pls.....

(കർട്ടൻ മാറുന്നു. സ്ത്രീപുരുഷസൗഹൃദത്തെ ആഘോഷിക്കുന്ന വിഷ്വലു കൾ - റൊമാന്റിക് സംഗീതം.)

(Fade out - Fade in to അവതാരക)

അവതാരക : നമ്മുടെ സമൂഹം നിശ്ചയിക്കുന്ന ബന്ധങ്ങൾക്ക കത്ത് ജീവിക്കാനാണ് സ്ത്രീകൾ എപ്പോഴും ശ്രദ്ധിക്കുക - ചിലപ്പോൾ ബന്ധങ്ങളുടെ ചരടു കളില്ലാതെ, വ്യവസ്ഥാപിത യുക്തികളില്ലാതെ ചിലർ നമ്മുടെ ജീവിതത്തിലേക്ക് കടന്നുവരും.

(റൊമാന്റിക് സംഗീതത്തിന്റെ അകമ്പടിയോടെ രംഗമധ്യത്തിൽ വെളിച്ചം തെളി യുന്നു, നടൻ പ്രവേശിക്കുന്നു. വളരെ പരിചയമുള്ള ഒരിടത്തേക്ക് എന്നതു പോലെ. ഫോണിൽ സംസാരിച്ചുകൊണ്ടിരിക്കുന്നു, സംഭാഷണം അവസാ നിക്കുന്ന മുറയ്ക്ക് നടി പ്രവേശിക്കുന്നു. അവർ വളരെ സന്തോഷവതിയാണ്, അദ്ദേഹത്തെ പ്രതീക്ഷിക്കുന്നുണ്ട്. രണ്ടുപേരുടെയും പ്രായം 30-നും 40-നും മധ്യേ. നടൻ ഫോൺ സംഭാഷണത്തിനിടയിൽ ഒരു കസേരയിൽ വളരെ കാഷ്വൽ ആയി ഇരിക്കുന്നു. ഇവർ ദീർഘകാല സുഹൃത്തുക്കളാണ്.)

കൂട്ടുകാരി : ഹായ്, dear - എത്തിയോ, നീ ഇപ്പോ വിളിച്ച പ്പോഴല്ലേ പറഞ്ഞത് അരമണിക്കൂറു കഴിഞ്ഞേ എത്തൂ എന്ന്? നീ എന്നെ വീണ്ടും പറ്റിച്ചല്ലേ?

(നടൻ കുസൃതിയോടെ ചിരിക്കുന്നു. നടി പുറകിലൂടെ കൈയ്യിട്ട് അവന്റെ മുഖത്തോട് മുഖം ചേർക്കാൻ നോക്കുന്നു. നടൻ പെട്ടെന്ന് ഒഴിഞ്ഞുമാറാൻ ശ്രമിക്കുന്നു.)

കൂട്ടുകാരൻ : അയ്യോ.... മാറിനിന്നേ, നമുക്കിടയിൽ ഒരു അകലം സൂക്ഷിക്കുന്നത് നല്ലതാണ് -

കൂട്ടുകാരി	:	(വീണ്ടും അടുത്തേക്ക് ചെന്ന്) ആർക്കു നല്ലതാണ്?
കൂട്ടുകാരൻ	:	(അവൻ അവളെ ശ്രദ്ധിക്കാത്ത മട്ടിൽ) നൂറുകൂട്ടം തിരക്കിൽനിന്നാണ് ഞാൻ ഓടിവന്നത്. ഫോണിൽ നിന്റെ ശബ്ദം വല്ലാതെ ഇരുന്നിരുന്നു. പക്ഷേ ഇപ്പോൾ നീ നല്ല.... (പെട്ടെന്ന് പറയാൻ വന്നത് നിർത്തുന്നു)
കൂട്ടുകാരി	:	നല്ല?
കൂട്ടുകാരൻ	:	നല്ല ഫ്രഷ് ആയിട്ടിരിക്കുന്നു.
കൂട്ടുകാരി	:	(കളിമട്ടിൽ പോസുചെയ്തുകൊണ്ട്) 'Fresh and Sexy'
കൂട്ടുകാരൻ	:	(അതേ തമാശയിൽ) രണ്ടാമത്തേത് എനിക്കറിയില്ല.
കൂട്ടുകാരി	:	നീ അതുമാത്രം അറിയണമെന്നാണ് എനിക്കാഗ്രഹമെങ്കിലോ?
കൂട്ടുകാരൻ	:	(അല്പം വിഷമത്തോടെ) നിനക്കിതെന്തുപറ്റി? നീ ഒരിക്കലും...
കൂട്ടുകാരി	:	(ലാഘവത്തോടെ) എനിക്ക് ഒന്നും പറ്റിയിട്ടില്ല. എന്തെങ്കിലും സംഭവിച്ചിട്ടുണ്ടെങ്കിൽതന്നെ അതൊക്കെ നല്ലതിനാണെന്നാ ഞാൻ കരുതുന്നേ.
കൂട്ടുകാരൻ	:	(നടി പറഞ്ഞ കാര്യം അദ്ദേഹത്തെ വിഷമിപ്പിക്കുന്ന ഒന്നാണ്. വിളറി, തലതാഴ്ത്തി ഇരിക്കുന്നു. അല്പ നേരത്തെ നിശ്ശബ്ദതയ്ക്കുശേഷം) നീ എന്താ എന്നോട് അത്യാവശ്യമായിട്ട് വരാൻ പറഞ്ഞത്?
കൂട്ടുകാരി	:	(പതുക്കെ അടുത്തേയ്ക്ക് ചെന്ന്, കണ്ണിലേക്കു നോക്കി) അതെ അത്യാവശ്യമുണ്ട്!
കൂട്ടുകാരൻ	:	(അതിന്റെ അർത്ഥം മനസ്സിലായെങ്കിലും, പിടി കിട്ടാത്ത മട്ടിൽ, അല്പംകൂടി വിളറിക്കൊണ്ട്) എന്താ?

കൂട്ടുകാരി : (ഉറച്ച ശബ്ദത്തിൽ അവന്റെ തൊട്ടടുത്ത് ചെന്ന് കണ്ണിലേക്കു നോക്കി, പതുക്കെ വിരലുകൊണ്ട് സ്പർശിച്ച്)

എനിക്ക് നിന്നെ ഉമ്മ വെയ്ക്കണമെന്ന് തോന്നി!

കൂട്ടുകാരൻ : നിനക്ക് ഇതെന്തു പറ്റി? അന്നൊരു അബദ്ധം പറ്റിപ്പോയി എന്നുവെച്ച്.... ഞാനന്ന് അല്പം കഴിച്ചിരുന്നു, കുറെ സമയം നമ്മളീ വീട്ടിൽ വാച കമടിച്ചിരുന്നപ്പോൾ....

കൂട്ടുകാരി : (ചിരിച്ചുകൊണ്ട്) നീ അന്ന് എന്തൊക്കെയാ പറഞ്ഞതെന്ന് ഓർമ്മയുണ്ടോ?

കൂട്ടുകാരൻ : അത്, അപ്പോഴത്തെ ഒരു മൂഡിൽ.

കൂട്ടുകാരി : അല്ല, നീ പറഞ്ഞത് 20 വർഷമായി നീ എന്നെ മാറിനിന്നു കണ്ടതിനെക്കുറിച്ചാണ്, അത് സത്യ മല്ലേ?

കൂട്ടുകാരൻ : (തലതാഴ്ത്തി, രക്ഷപ്പെട്ടാൽ മതിയെന്ന ഭാവത്തിൽ)

കൂട്ടുകാരി : (വിരലിലെണ്ണിക്കൊണ്ട്) (തമാശയോടെ) ഒന്ന്, നീ പറഞ്ഞു എന്റെ ചുണ്ടുകൾ.....

കൂട്ടുകാരൻ : (ചാടിച്ചെന്ന് അവളുടെ കയ്യിൽപിടിച്ച് ദയനീയ മായി)

Please - enough - നീ എന്നെ ഇങ്ങനെ പീഡി പ്പിക്കരുത്. ഞാൻ നൂറുവട്ടം മാപ്പു പറഞ്ഞ താണല്ലോ.... നമ്മൾ എത്ര കാലത്തെ കൂട്ടുകാ രാണ്. (നിർത്തി, ആലോചനയോടെ) എത്ര അവ സരങ്ങൾ നമ്മൾക്കിടയിൽ ഉണ്ടായിട്ടുണ്ട്? എപ്പോഴെങ്കിലും എന്റെ ഭാഗത്തുനിന്ന്? നീതന്നെ എത്രതവണ അഭിമാനത്തോടെ പറഞ്ഞിട്ടുണ്ട്, 'asexual' ആയ ബന്ധമാണ് നമ്മുടേതെന്ന്.

കൂട്ടുകാരി : (അവനെ നോക്കി, ഉറപ്പിച്ച മട്ടിൽ)

ഇപ്പോൾ ഞാൻ അഭിമാനത്തോടെ പറയാൻ ആഗ്രഹിക്കുന്നു നമ്മുടേത് ഇത്തരമൊരു സൗഹൃദമാണെന്ന്!

കൂട്ടുകാരൻ : (അവളുടെ ഉറപ്പിൽ അല്പം തകർന്ന്)

നമ്മുടെ കുടുംബങ്ങൾ! ഒരിക്കലതു സംഭവിച്ചു.

കൂട്ടുകാരി	:	Look! നിന്നെ വിഷമിപ്പിക്കാൻവേണ്ടി ഞാൻ പെരുമാറുന്നതല്ല. ആ സംഭവം എന്നെ വല്ലാതെ മാറ്റി!
കൂട്ടുകാരൻ	:	ആ മാറ്റം എന്നെ പേടിപ്പിക്കുന്നു. നിനക്ക് കുറ്റ ബോധം?
കൂട്ടുകാരി	:	(ഒരു ആലോചനയിലൂടെ) ഞാൻ എന്നെ മറന്നിട്ട് കാലം കുറെ ആയി.
കൂട്ടുകാരൻ	:	(അല്പം ശാന്തതയോടെ അടുത്ത് ചെന്നിരുന്ന് അവളുടെ തോളിൽ കൈവെച്ച്)
		എനിക്ക് നീ കടന്നുപോകുന്ന അവസ്ഥ അറിയാം. ഞാനതിനെ മുതലെടുക്കുകയായിരുന്നു എന്നു കരുതരുത് – (സ്നേഹത്തോടെ) ഞാൻ ഇപ്പോൾ പോവട്ടെ. പതിനൊന്നരയ്ക്ക് എനിക്ക് ഐ.ഐ.സിയിൽ എത്തണം.
കൂട്ടുകാരി	:	നാല്പത്തിയഞ്ചുമിനിട്ട് ഇനിയും ബാക്കി!
കൂട്ടുകാരൻ	:	(കണ്ണിലേക്കു നോക്കി, സൗഹൃദത്തോടെ)
		നീ എത്ര മാറിപ്പോയി!
കൂട്ടുകാരി	:	(അവന്റെ തോളിലേക്ക് കൈവെച്ചുകൊണ്ട്)
		പറയൂ, എന്ത് മാറ്റമാണ് എനിക്ക് സംഭവിച്ചത്?
കൂട്ടുകാരൻ	:	(തമാശയോടെ) ഞാൻ വന്നുകേറിയപ്പോൾ നീ എന്നെ കേറി ആക്രമിക്കുമോ എന്നു പേടിച്ചു പോയി.
കൂട്ടുകാരി	:	സത്യം പറ, നീ അത് ആഗ്രഹിക്കുന്നില്ലേ?
കൂട്ടുകാരൻ	:	ഇല്ല, ഞാൻ നിന്നെ നോക്കുന്നതുപോലെ, നീ എന്നെ നോക്കുമ്പോൾ, തൊടുമ്പോൾ ഞാനാകെ തളരുന്നതുപോലെ!
കൂട്ടുകാരി	:	അത് പള്ളിയിൽപോയി പറഞ്ഞാൽ മതി. ഞാൻ എനിക്ക് സൗകര്യംപോലെ നിന്നെ നോക്കും, (വിരലുകൊണ്ട് മുഖത്ത് സ്പർശിച്ചുകൊണ്ട്) ഇതു പോലെ തൊടും. (അവൻ ചാടി ഒഴിഞ്ഞുമാറുന്നു, രണ്ടുപേരും അതൊരു കളിയാക്കി, കൂട്ടുകാരി തൊടാനും കൂട്ടുകാരൻ അത് ഒഴിവാക്കാനും ശ്രമിച്ചു കൊണ്ട് പുറത്തേക്ക്.)

കൂട്ടുകാരി : ഞാൻ ഇതുപോലെ, ഇതുപോലെ

(റൊമാന്റിക് സംഗീതം അതിന്റെ ഉച്ചാവസ്ഥയിൽ എത്തിയതിനുശേഷം, മറ്റൊരു റൊമാന്റിക് മൂഡിലേക്ക് കടക്കുന്നു. ഇത് അല്പം പതിഞ്ഞതാണ്.)

(അതേ നടീനടന്മാർ, പക്ഷേ കഥാപാത്രസ്വഭാവം പരസ്പരം മാറുന്നു വെന്നുമാത്രം.)

(പുരുഷസുഹൃത്തിൽനിന്ന് ഒഴിഞ്ഞുമാറി കൂട്ടുകാരിയും പുറകെ കൂട്ടുകാരനും പ്രവേശിക്കുന്നു.)

(കൂട്ടുകാരി സംഘർഷത്തിലാണ്. അവൾ കടന്നുവരുന്നത് കൂട്ടുകാരൻ ഒറ്റയ്ക്കു താമസിക്കുന്ന വീട്ടിലേക്കാണ്)

കൂട്ടുകാരൻ : (സന്തോഷവും പരിഭവവും നിറഞ്ഞ ഭാവത്തോടെ വീട്ടിൽ വന്നിട്ട് ഇരിക്കാൻ പോലും കൂട്ടാക്കാത്ത കൂട്ടുകാരിയോട്)

എന്തുപറ്റി തനിക്ക്? എന്താ നീ ഒരു മോശം മൂഡി ലിങ്ങനെ?

(ശരീരത്തിൽ കുസൃതിയോടെ തൊട്ടുകൊണ്ട്) എന്നെ കണ്ടിട്ടും നിനക്ക് സന്തോഷമായില്ലേ?

കൂട്ടുകാരി : (കൈമാറ്റിവെച്ച് അകന്നു നിന്നുകൊണ്ട്) Please!

കൂട്ടുകാരൻ : ഞാൻ നിന്നെ കാത്തുനിൽക്കുകയായിരുന്നു!

കൂട്ടുകാരി : ഞാൻ അപ്പോൾ പറഞ്ഞതല്ലേ അരമണിക്കൂറു കൂടി വൈകുമെന്ന്? നീ എന്താ അത്യാവശ്യ മായിട്ട് വരാൻ പറഞ്ഞത്?

കൂട്ടുകാരൻ : (അടുത്തേക്കുചെന്ന് കണ്ണിൽ നോക്കി) അതെ അത്യാവശ്യമുണ്ടായിരുന്നു.

കൂട്ടുകാരി : (ആ സാഹചര്യം അവളെ അസ്വസ്ഥപ്പെടുത്തുന്നുണ്ട്) എന്താണ്?

കൂട്ടുകാരൻ : നിന്നെ ഒന്നു കാണാൻ.... പിന്നെ ഈ ചുണ്ടിൽ ഒന്നു ഉമ്മവെയ്ക്കാൻ

(അവൻ അവളോട് കൂടുതൽ അടുത്തിരിക്കുകയും തൊടുകയും ചെയ്യുന്നു, അവളുടെ മുടി തഴുകി ക്കൊണ്ട്)

അന്നത്തേതിൽപ്പിന്നെ നിന്നെ കാണാതിരിക്കു വാനാകുന്നില്ല.

കൂട്ടുകാരി : (അവന്റെ പ്രവർത്തികളെ പതുക്കെ തള്ളിമാറ്റി ക്കൊണ്ട്)

നിനക്കറിയാലോ അന്നത്തെ എന്റെ അവസ്ഥ, കുറെ കാലത്തിനുശേഷമായിരുന്നു ഞാനാരോടെങ്കിലും ഒന്നു മനസ്സുതുറന്നിട്ട്. അതും നീ എന്റെ പഴയ കൂട്ടുകാരൻ. എനിക്ക്.... ആ അവസ്ഥയിൽ.... ഞാനങ്ങിനെയൊക്കെ പെരുമാറി. പിന്നീട് എനിക്ക്....

കൂട്ടുകാരൻ : (സ്നേഹത്തോടെ) അതിനെന്താ കുഴപ്പം? നമ്മൾ ഇപ്പോഴും നല്ല സുഹൃത്തുക്കളല്ലേ?

കൂട്ടുകാരി : നീ എന്നെ ഒരു മോശം സ്ത്രീയായിട്ട് കാണരുത്. ഞാനൊരു വല്ലാത്ത.... ഇതിനുമുമ്പ് നമ്മൾ എത്രമാത്രം അടുത്തിടപഴകിയിട്ടുണ്ട്. പക്ഷേ അന്നൊന്നും ഇങ്ങനെ സംഭവിച്ചിട്ടില്ല. ഞാൻ കുറെ അഭിമാനിച്ചിട്ടുണ്ട്. നമ്മുടെ ബന്ധത്തെക്കുറിച്ച്.

കൂട്ടുകാരൻ : ഞാനിപ്പോഴും അഭിമാനിക്കുന്നുണ്ട്.

കൂട്ടുകാരി : നമ്മുടെ കുടുംബങ്ങൾ... കുറ്റബോധം?

കൂട്ടുകാരൻ : ഇല്ല എനിക്ക് നമ്മുടെ സൗഹൃദത്തിൽ ഒരു കുഴപ്പവും തോന്നുന്നില്ല.

കൂട്ടുകാരി : എനിക്ക് തോന്നുന്നുണ്ട്. ഞാനിനി ഇവിടെ വരില്ല – (അവൾ വിതുമ്പുന്നു)

കൂട്ടുകാരൻ : ഏയ്, നീ എന്താ ഇങ്ങനെ?

കൂട്ടുകാരി : (അവന്റെ കൈക്ക പിടിച്ചുകൊണ്ട്) ദയവുചെയ്ത് നീ എന്നെ പഴയ സുഹൃത്തായി കാണണം. സുഹൃത്തായി മാത്രം!

കൂട്ടുകാരൻ : (ചിരിച്ചുകൊണ്ട്) ശരി സമ്മതിച്ചിരിക്കുന്നു.

കൂട്ടുകാരി : സത്യം?

കൂട്ടുകാരൻ : (അവളുടെ ഉള്ളംകൈയിൽ വിരൽകൊണ്ട് ഒരു വട്ടം വരച്ച്) നിനക്ക് പഴയ കളത്തിലെ വീട് ഓർമ്മയുണ്ടോ?

കൂട്ടുകാരി : ഉം?

കൂട്ടുകാരൻ : ആർട്സ് കോളേജിലെ ആൽമരത്തിനു ചുവട്ടിലെ വൈകുന്നേരങ്ങൾ ഓർമ്മയുണ്ടോ?

കൂട്ടുകാരി	:	(കളിമട്ടിൽ) ഇല്ലല്ലോ!
കൂട്ടുകാരൻ	:	നിനക്ക് ഹലുവക്കാരൻ കൃഷ്ണൻനായരെ ഓർമ്മയുണ്ടോ?
കൂട്ടുകാരി	:	(ദേഷ്യത്തിൽ) ഞാനെന്തിന് അയാളെ ഓർക്കണം?
കൂട്ടുകാരൻ	:	(അവളുടെ ഉള്ളംകൈയിൽ വിരൽകൊണ്ട് സ്ഥാനം കാണിച്ച്)
		ഇവിടെ കളത്തിലെ വീട്, ഇവിടെ ഹലുവക്കാരൻ കൃഷ്ണൻനായരുടെ കട - ഹലുവ തിന്നു കൊതിതീരാത്തതിനാൽ ആ പെൺകുട്ടി ഇവിടേക്ക് നടന്നു, നടന്നു, നടന്നുവന്ന് ഹലുവക്കാരൻ നായരോട് പ്രേമാഭ്യർത്ഥന നടത്തി.
കൂട്ടുകാരി	:	ഛീ! കൊല്ലും ഞാൻ, ഇനി നീ ഇത് ആരോടെങ്കിലും പറയ്യോ! (അവൾ അവനെ അടിക്കാനോങ്ങുന്നു, അവൻ ഒഴിയുന്നു. രണ്ടുപേരും ചിരിച്ചുകൊണ്ട് പുറത്തേക്ക്)

(മ്യൂസിക് fade out, സ്ക്രീനിൽ തെളിയുന്ന അവതാരകയുടെ Close up)

അവതാരക	:	A Short Break

(വെളിച്ചവിതാനം മാറുന്നു - Signature Music, വെളിച്ചം അവതാരകയിലേക്ക്. പരസ്യങ്ങൾ ഉച്ചസ്ഥായിയിൽ, പതുക്കെ ശബ്ദം കുറഞ്ഞ് സംഗീതജ്ഞയുടെ ചലനങ്ങളിൽ പാടുന്ന ഭാവം മാത്രം)

കൃഷ്ണ	:	(അവതാരകയുടെ അടുത്തേക്ക് ഒരു ഫയലുമായി) ഇതിലേതാ ചേച്ചി നമ്മളെടുക്കുക? പരസ്യമടക്കം അല്ലേ 30 മിനിട്ട്? ഏതെങ്കിലും ഒന്നല്ലേ പറ്റൂ?
അവതാരക	:	ഉം
കൃഷ്ണ	:	നമുക്കൊരു കാര്യം ചെയ്താലോ?

(അവതാരക അവൾ പറയുന്നതു ശ്രദ്ധിക്കുന്നതിനിടയിൽ ഒരു പുരുഷശബ്ദം പുറത്തുനിന്ന്, ആധികാരികമായി)

ശബ്ദം	:	വിഷ്വലി റിച്ച് ആന്റ് ലൈവ് ആദ്യത്തെ piece തന്നെയാ
അവതാരക	:	(ശബ്ദത്തിനോടുള്ള പ്രതികരണമെന്ന നിലയിൽ) Yes sir
ശബ്ദം	:	Look, ഇത് ചാനലിന്റെ സിഗ്നേച്ചർ പ്രോഗ്രാമുകളിൽ ഒന്നായതിനാൽ ഇതിൽ സ്ത്രീകളുടെ immoral act കാണിക്കുന്നതിൽ

49

അവതാരക : (അല്പം ദേഷ്യം വരുന്നു. അതു നിയന്ത്രിച്ചുകൊണ്ട്) ഞാൻ അത് ശ്രദ്ധിച്ച് കൈകാര്യം ചെയ്തോളാം സാർ.

(വിഷണ്ണയായി നിൽക്കുന്ന കൃഷ്ണയെ നോക്കി അടക്കത്തോടെ,)

അവതാരക : നമ്മളത് ടെലികാസ്റ്റു ചെയ്യും. എന്തു സംഭവിച്ചാലും!

കൃഷ്ണ : (ശബ്ദമുണ്ടാക്കിക്കൊണ്ട്) ഏയ്! (സന്തോഷത്തോടെ അകത്തേക്ക്)

പെട്ടെന്ന് കാതടപ്പിക്കുന്ന സംഗീതം പരസ്യത്തിനൊപ്പം വന്നു നിറയുന്നു - സ്ക്രീനിൽ അവസാനം അവതാരകയുടെ Close-up. Wide shot-ൽ, യഥാർത്ഥ ഇരിപ്പിടസ്ഥാനത്തു വെളിച്ചം വീഴുന്നു. അവതാരക സംസാരിച്ചു തുടങ്ങുന്നു.

അവതാരക : വളപ്പൊട്ടുകൾ എടുത്തു പെറുക്കി അവയിട്ട കൈകളും പൊട്ടിച്ചിതറിയ കാരണങ്ങളും എന്തിന് വളയുടെ തന്നെ സ്വഭാവവും കണ്ടെത്തുന്നത് രസകരമായിരിക്കില്ലേ? ഞങ്ങളുടെ അതിഥി നിങ്ങൾക്കെല്ലാവർക്കും പ്രിയപ്പെട്ട മാളവിക - തന്റെ സ്ത്രീപക്ഷഗവേഷണ അനുഭവങ്ങൾ നിങ്ങളോട് പങ്കുവെയ്ക്കുന്നു.

(ഇടയ്ക്കുള്ള time lag അറിയാതിരിക്കാനെന്നവണ്ണം ചാനലിന്റെ Signature Music, പ്രോഗ്രാമിന്റെ Promo എന്നിവ ഇവിടെ നൽകാവുന്നതാണ്, അതേ സമയം കൃഷ്ണയും കൂട്ടുകാരും സെമിനാർ പ്രസന്റേഷനുവേണ്ടി സജ്ജീകരണം ചെയ്യുന്നു. തള്ളിക്കൊണ്ടു വരാവുന്ന അരവരെ ഉയരം വരുന്ന പുസ്തകം നിറച്ച Rack, ഒരു ചൂരൽ കസേര, ഒരു ചെടിച്ചട്ടി എന്നിവ രംഗത്ത് വരുന്നു.)

(മദ്ധ്യവയസ്കയായ ഒരു elite സ്വഭാവത്തോടുകൂടിയ ഗവേഷക, ഭംഗിയുള്ളതും വില കൂടിയതുമായ സാരിയുടുത്ത് പ്രവേശിക്കുന്നു. പരിചയഭാവത്തിൽ ചൂരൽകസേരയിലിരിക്കുന്നു. സാരി ശരിയാക്കുന്നു. അവർ സംസാരിച്ചുതുടങ്ങുന്നു. ആദ്യത്തെ ഒരു വരിക്കുശേഷം പിന്നെ സ്ക്രീനിൽ അവരുടെ വിഷൽ Close-upൽ സംസാരം തുടരുന്നു. ടിവി ചാനലിലേക്കെന്ന പോലെ ഗവേഷക പ്രേക്ഷകരെ നോക്കി ഇരിക്കുന്നു. ചാനലിലെ അവരുടെ രൂപം ആസ്വദിച്ചുകൊണ്ട്)

ഗവേഷക : (സ്ക്രീനിൽ) പുതിയ കേരളീയസമൂഹത്തിലെ സ്ത്രീസ്വത്വനിർമ്മിതിയും സംഘർഷങ്ങളും എന്ന വിഷയത്തിന്റെ സൈദ്ധാന്തികതലത്തെ

ക്കുറിച്ചാണ്, ഞാനിത്രയും നേരം സംസാരിച്ചത്. നമുക്കിടയിൽ ജീവിക്കുന്ന സ്ത്രീകളുടെ ഡയറിക്കുറിപ്പുകളാണ് ഞാൻ പ്രധാനമായും ഈ ഗവേഷണത്തിന് അടിസ്ഥാനമാക്കിയത്. അതിൽ സ്ത്രീകളുടെ ബ്ലോഗുകളും കൗൺസിലിങ്ങ് സെന്ററുകളിലെ കേസ് സ്റ്റഡിയും ആധാരമാക്കിയിട്ടുണ്ട്. പ്രസക്തമെന്നു തോന്നുന്നവ ഞാനിവിടെ അവതരിപ്പിക്കുന്നു. (ഗവേഷകയുടെ വിഷ്വൽ മങ്ങുന്നു. ഗവേഷകയുടെ ഇരിപ്പിടസ്ഥാനത്ത് വെളിച്ചം. ശബ്ദം തുടർച്ചയായി വേണം, അവർ സംസാരിച്ചുകൊണ്ടിരിക്കുന്നു.)

ഗവേഷക : (നേരിട്ട്) നമ്മുടെ തലമുറയിലും മുൻതലമുറയിലും എത്രയോ സ്ത്രീകൾ ജോലി ഉപേക്ഷിച്ച് കുടുംബജീവിതം തിരഞ്ഞെടുത്തിട്ടുണ്ട്. സ്വകാര്യമായ ഈ കുറിപ്പുകളിൽ ഈ അവസ്ഥ എങ്ങനെ ചിത്രീകരിക്കുന്നു എന്നു കാണാം.

(വിഷ്വലിൽ മുഖം വ്യക്തമല്ലാത്ത ഒരു സ്ത്രീരൂപം ക്യാമറയ്ക്കു പുറംതിരിഞ്ഞിരിക്കുന്നു. ക്യാമറ പതുക്കെ ഒരു മിഡിൽക്ലാസ് വീട്ടിനകത്തിലൂടെ സഞ്ചരിക്കുന്നു. സ്ത്രീയുടെ പതിഞ്ഞ ശബ്ദം തുടർച്ചയായി. ശബ്ദത്തിനൊപ്പം ആ വിഷ്വൽ അവസാനിക്കുന്നു)

ശബ്ദം : മാർച്ച് 8 – എന്റെ ദിവസങ്ങൾ ഏറെ ശാന്തമാണ്. രാവിലെ ധൃതിപ്പെട്ടുതീർക്കേണ്ട കാര്യങ്ങൾ മോളുടേതു മാത്രം. സഹായിക്കാനുള്ള ചേച്ചിയോട് ഒരുനേരം വന്നാമതിയെന്നു പറഞ്ഞു. ഉച്ചയ്ക്ക് ഊണുകഴിച്ച് അല്പം ഉറങ്ങും. നാലാകുമ്പോഴേക്കും മോളെത്തും. അവർക്കും ഞാൻ വീട്ടിലുള്ളത് സന്തോഷമാണ്. ചേട്ടൻ വൈകീട്ട് എത്താൻ ചിലപ്പോൾ വൈകും. ഒക്കെ ശരിയാവും എന്ന് അമ്മ പറഞ്ഞത് എത്ര ശരി. പക്ഷേ ചെറിയൊരു തലവേദന എപ്പോഴും ശല്യമായി.

ഗവേഷക : ഇവരുടെ ഡയറിക്കുറിപ്പുകൾ തുടർച്ചയായി കാണുന്നില്ലായിരുന്നു. പിന്നെ അവൾ ഡയറി എഴുതിയത് മെയ് ഒന്നാം തീയതിയാണ്.

(വിഷ്വലിൽ അവ്യക്തമായ മുഖത്തോടെ എഴുതുന്ന സ്ത്രീ, അകലെ നിന്നുള്ള കാഴ്ച - ക്യാമറ അലങ്കോലമായി കിടക്കുന്ന വീട്ടിനകത്തേക്ക് വേഗത്തിൽ ചലിക്കുന്നു. നാലു ചുമരുകൾ അവർക്കുചുറ്റും ഉയർന്നു നിൽക്കുന്നു, ശബ്ദം - തുടക്കം മുതൽ അവസാനം വരെ)

ശബ്ദം : മെയ് 1 – ഒന്നിരിക്കാൻപോലും സമയമില്ല. വീട്ടിലിരുന്നപ്പോൾ പണി കൂടുതലായതുപോലെ, കുറ്റപ്പെടുത്തലും. പണ്ട് എത്ര സന്തോഷമായിട്ടാ ഞാൻ കറിയൊക്കെ ഉണ്ടാക്കാറ്. ഇപ്പോ ഒന്നിനും ഒരു സ്വാദില്ല. ചേട്ടൻ പുകകാളിയെന്നു പറഞ്ഞ് കറി എടുത്തൊരു ഏറ്. പാവം! പി.എഫിന്റെ തുക കിട്ടി. ലോണിലേക്ക് അതു മുഴുവൻ എടുത്തടച്ചു. കുറച്ചു പൈസ എന്റെ സേവിംഗ് അക്കൗണ്ടിൽ ഇടാമായിരുന്നു. അല്ല, അതിലുവല്യ കാര്യമൊന്നുമില്ല. എങ്കിലും പത്തുവർഷത്തെ ജോലിക്കാലത്ത് ഞാനാരുടെ കയ്യിൽനിന്നും എന്റെ ആവശ്യങ്ങൾക്ക് വാങ്ങിച്ചിട്ടില്ല. സാനിറ്ററി നാപ്കിനുപോലും കാശ് ചോദിക്കേണ്ടിവരുമ്പോൾ.... എന്തൊക്കെ പറഞ്ഞാലും ദൈവം സഹായിച്ചിട്ട് ഇവിടെ കുടുംബത്തിൽ പണത്തിന് ദാരിദ്ര്യമൊന്നുമില്ല. മോള് പറയുകയാ, അമ്മയെ കാണാൻ ഒരു ഭ്രാന്തിയെപ്പോലെ ഉണ്ടെന്ന്. വീട്ടിലിരിക്കുമ്പോ കണ്ണും പൊട്ടും എഴുതണ്ട ആവശ്യമില്ലല്ലോ – ചെക്കിന്റെ പുറകിൽ ഒപ്പിടാൻപോലും മറന്നു. ബാങ്കിലിത്രയും കാലം ജോലി ചെയ്ത ആളാ എന്നു പറഞ്ഞ് ചേട്ടൻ കളിയാക്കി. ഒരുതരം മന്ദത പിടിപെട്ടതുപോലെ.

(വിഷ്വലുകൾ മങ്ങുന്നു. ഗവേഷകയിലേക്ക് വെളിച്ചം വീഴുന്നു)

ഗവേഷക : അവർ ഒന്നോ രണ്ടോ വരികളുള്ള കുറിപ്പുകളാണ് പിന്നീട് എഴുതിയിട്ടുള്ളത്. ബാങ്ക് ജോലിക്കാലത്ത് കൃത്യമായി ഡയറി എഴുതിയിരുന്ന ഒരാളാണ് ഇവർ.

(വിഷ്വലിൽ പല ഭാഗത്തുനിന്നെടുക്കുന്നമാതിരിയുള്ള ഷോട്സ് – അവർ ഒരു മുറിയിൽ ഒറ്റയ്ക്ക് ഇരുന്ന് എഴുതുന്നു. ശബ്ദം വിഷ്വലിൽ നിറയുന്നു.)

ശബ്ദം : ആഗസ്റ്റ് 15 – വല്ലാത്ത തലവേദന.... വെറുതെ കരച്ചിൽ വരുന്നു.

ഒക്ടോബർ 2– ഇന്ന് ഗാന്ധിജയന്തി – പാത്രങ്ങളൊക്കെ കഴുകി, കഴുകി.... ഒന്നും വൃത്തിയാവുന്നില്ല. ഒക്കെ ചളി പിടിച്ചതുപോലെ – ഒന്നും ചെയ്തിട്ട് ശരിയാവുന്നില്ല. അമ്മയെ കാണാൻ പോകണം.

(ഗവേഷകയുടെ വിഷ്വൽ ഇതിനുശേഷം സ്ക്രീനിൽ വരുന്നു. അവർ സ്റ്റേജിൽ ഇരിക്കുന്ന അതേ സെറ്റിൽ തന്നെയാണ്)

ഗവേഷക : (ഡയറിക്കുറിപ്പിന് തുടർച്ചയെന്നവണ്ണം)

ഡിപ്രഷനു മരുന്നുകൾ കഴിച്ചുകൊണ്ടിരുന്ന കാലത്തായിരുന്നു ഞാനവരെ കാണാൻ ചെന്നത്. ഇന്നവർ ഒഴുക്കിനെതിരെ ധൈര്യമായിട്ടുതന്നെ നീന്തി മുന്നേറുന്നു. എംബിഎ വിദ്യാർത്ഥികൾക്ക് ബാങ്കിങ്ങിനെക്കുറിച്ച് ക്ലാസുകൾ എടുക്കുന്നു. (സ്ക്രീനിലെ ഗവേഷകയിൽനിന്നും സ്റ്റേജിലെ ഗവേഷകയിലേക്ക്)

ഗവേഷക : അടുത്തതായി ഒരു ബ്ലോഗിന്റെ മലയാളം പരിഭാഷയാണ്. എന്റെ ഒരു കൂട്ടുകാരിയാണ് ഈ ബ്ലോഗിനെക്കുറിച്ച് എന്നോട് പറഞ്ഞത്. ഇതിന്റെ ഉടമയെ കണ്ടെത്താൻ ഞാൻ വീണ്ടും കുറെ സമയമെടുത്തു. അവരുടെ ബ്ലോഗ് ഒരു തുറന്ന എഴുത്താണ്. ചിലപ്പോഴത് ഡയറിക്കുറിപ്പിന്റെ സ്വഭാവത്തിലും ചിലത് സർഗ്ഗാത്മകരചനയോടും മറ്റു ചിലപ്പോൾ ലേഖനത്തിന്റെ സ്വഭാവത്തിലുമാണ് കാണാനായത്. അവയിൽ ചിലവ നിങ്ങളുടെ ശ്രദ്ധക്കായി അവതരിപ്പിക്കുന്നു.

(സ്ക്രീനിലെ വിഷ്വലിൽ തെളിയുന്ന കമ്പ്യൂട്ടർ, ടൈപ്പുചെയ്യുന്ന വിരലുകൾ, സ്ത്രീയുടെ പുറകുവശം, ഓർക്കൂട്ടിന്റെയും face book-ന്റെയും താളുകൾ, scrab-കൾ എഴുതി പോസ്റ്റ് ചെയ്യുന്നതിന്റെ ദൃശ്യങ്ങൾ, ബ്ലോഗിന്റെ ദൃശ്യത്തിൽ അവർ ടൈപ്പു ചെയ്യുന്നു, കമന്റുകളുടെ ദീർഘമായ നിര, ചില കമന്റുകളുടെ Close-up, കമ്പ്യൂട്ടർ സ്ക്രീൻ, സ്റ്റേജിലെ സ്ക്രീനിൽ നിറയുന്നു, അവൾ ടൈപ്പ് ചെയ്യുന്നു. ഇത്രയുംഭാഗം മ്യൂസിക്കുകൊണ്ട് ഫിൽ ചെയ്യാം. ലാപ്ടോപ്പുമായി വീടിന്റെ പലയിടങ്ങളിൽ ചടഞ്ഞിരിക്കുന്ന സ്ത്രീയുടെ ദൃശ്യങ്ങൾ. ഇവിടെ മൂന്നുതരം വിഷ്വലുകൾ ആവാം. ഒന്ന് കമ്പ്യൂട്ടറുമായി ബന്ധപ്പെട്ടവ, ആ സ്ത്രീയുമായും അവരുടെ പരിസരങ്ങളുമായും ബന്ധപ്പെട്ടവ, പിന്നെ അവരുടെ അവസ്ഥയെ സൂചിപ്പിക്കുന്ന ചില ദൃശ്യങ്ങളും ആകാം. ബ്ലോഗിൽ അവർ തലവാചകം അടിക്കുന്നിടത്തുവെച്ച് നരേഷൻ ആരംഭിക്കാം. വിഷ്വലിൽ ശബ്ദം തുടങ്ങുന്നത് - ലാളനകൾ നഷ്ടപ്പെട്ട ലോകത്തുനിന്ന് - എന്ന് അടിച്ചു വരുമ്പോഴാണ്.)

ശബ്ദം : പല്ലുകുത്തി നാറ്റിക്കുന്നതിനു തുല്യമാണോ ഇതെന്ന് എനിക്കറിയില്ല. പക്ഷേ നാറുന്ന കാര്യങ്ങളാണ് സംഭവിക്കുന്നതെങ്കിലോ? പറയാതിരിക്കാം. എന്തുകൊണ്ട് പറയാതിരിക്കണം? എന്റെ

കുടുംബജീവിതം സന്തുഷ്ടമാണെന്നും ജീവിതത്തിൽ വിജയിച്ചവരാണെന്നും നടിക്കാനോ? കാർപ്പറ്റിനടിയിൽ മൂടിയിട്ട കനലുകൾ എന്നെങ്കിലും പുകഞ്ഞേ പറ്റൂ. തീ കത്തി നശിക്കും മുമ്പ് ചിലതൊക്കെ പറയണമെന്ന് എനിക്കു തോന്നി.

(വിഷ്വലുകളും ശബ്ദവും തുടരുന്നു. വെളിച്ചവിതാനം മാറുന്നു, അവതാരക ലാപ്ടോപ്പിലും ഗവേഷക അവരുടെ ലാപ്ടോപ്പിലും ഇരുന്ന് ചാറ്റ് ചെയ്യുന്നു. അവർ താന്താങ്ങളുടെ സ്ഥാനത്തുതന്നെ. സൗണ്ട്ട്രാക്കിൽ ടൈപ്പിന്റെ, കമ്പ്യൂട്ടറിന്റെ വിവിധ ശബ്ദങ്ങൾ. സ്ക്രീനിൽ അതേസമയം ഇന്റർനെറ്റ് കഫേകൾ, ചാറ്റിംഗ് ബോക്സുകൾ എന്നിവ നിറയുന്നു.)

ശബ്ദം : ഞങ്ങൾ ഒരു കൂരയ്ക്കുള്ളിലാണെങ്കിലും രണ്ടു ലോകത്ത് ജീവിക്കുന്നവരാണ്. കുറെ കാലമായിട്ട് – സ്വന്തം ലോകങ്ങളെ ഏറ്റവും പ്രധാനപ്പെട്ടതും പ്രിയപ്പെട്ടതുമെന്ന് കരുതുന്നവർ. ഞങ്ങൾ ഒരേ മുറിയിൽ ഒരേ കിടക്കയിൽ കിടന്ന് രണ്ടുലോകത്ത് ഉറങ്ങി എഴുന്നേൽക്കുന്നവർ - ശരി - ഇങ്ങനെ ജീവിക്കാൻ തീരുമാനിച്ചതല്ല. അങ്ങനെ സംഭവിച്ചുപോയതാണ്.

(അവതാരകയും ഗവേഷകയും കമ്പ്യൂട്ടറിലേക്ക് നോക്കി നിശ്ശബ്ദമായി വായിക്കുന്നതായി ഒരു നിമിഷം അഭിനയിക്കുന്നു. പിന്നെ വീണ്ടും ടൈപ്പു ചെയ്യുന്നതിൽ മുഴുകാം. ടൈപ്പിന്റെ ശബ്ദം വീണ്ടും - ശബ്ദത്തിന്റെ സൗണ്ട് ട്രാക്ക്)

ശബ്ദം : എങ്കിൽ അങ്ങനെ ജീവിച്ചു തീരുന്നെങ്കിൽ കുഴപ്പമില്ലായിരുന്നു. ഇന്നലെ അല്ല പല രാത്രികളിലും ഞങ്ങളുടെ കിടപ്പറയിൽ സംഭവിച്ചതിതാണ്. ഇതൊരു നീലക്കഥയുടെ തുടക്കമാണെന്നു കരുതുന്നവർ ദുഃഖിക്കേണ്ടിവരും. (ഒന്നു നിർത്തി) ഞായറാഴ്ച ഞങ്ങൾ വീട്ടിൽത്തന്നെ ഉണ്ടായിരുന്നു. പകൽ മുഴുവൻ ഞാൻ വീട്ടുജോലികളിൽ തിരക്കിലായിരുന്നു. അവൻ പത്രമാസികകളിൽനിന്ന് മറ്റൊന്നിലേക്കും ഒരു പെഗിൻനിന്ന് അടുത്തതിലേക്കും നീങ്ങി. വൈകുന്നേരം ഞാൻ നടക്കാൻ പോയി. തിരിച്ചെത്തിയപ്പോൾ ഒരു 'ഡ്രിംഗ്' കഴിച്ച് ലൈറ്റായി ആരോടെങ്കിലും മിണ്ടണമെന്ന് എനിക്ക് തോന്നി. ഇടയ്ക്ക് ഞാനൊന്ന് തേങ്ങിയോ? (നിശ്ശബ്ദത)

രാത്രി പണിയൊതുക്കി ലാപ്ടോപ്പ് വെയ്ക്കാ നായി മുറിയിലെത്തിയപ്പോൾ അവൻ കിടക്കാ നുള്ള തയ്യാറെടുപ്പിലായിരുന്നു. പെട്ടെന്നാണ് അവൻ എന്റെ കൈയ്ക്ക് കേറി പിടിച്ചത്. ഞാന വന്റെ മുഖത്തുനോക്കി, ഒരുതരം വല്ലാത്ത ഭാവം. ശൃംഗാരമല്ല, കാമമാണോ? എനിക്ക് തിരിച്ചറി യാൻ പറ്റിയില്ല!

ഒന്നു കൈകോർക്കാനോ, തോളിൽ തട്ടുവാനോ, കവിളിൽ ഉരുമ്മാനോ വർഷങ്ങളോളമായി മറ ന്നുപോയ ഒരാൾ കൃത്യമായി രാത്രികളിൽ ഈ ചേഷ്ടകൾ മറക്കാത്തതെന്താണ്?

(പ്രോജക്ട് ചെയ്ത ഗവേഷകയുടെ മുഖം സ്ക്രീനിൽ)

ഗവേഷക : പലപ്പോഴും ഇവരുടെ ബ്ലോഗിന് അശ്ലീലമായ കമന്റുകൾ ധാരാളം ലഭിക്കുന്നുണ്ടെന്നു കാണാം. പക്ഷേ ബ്ലോഗിന്റ 'അനോനിമിറ്റി' അവരെ മറ്റു നേരിട്ടുള്ള പ്രശ്നങ്ങളിൽനിന്ന് രക്ഷിച്ചു. ആ നിലയ്ക്ക് ടെക്നോളജി അവരെ സംബന്ധിച്ചിടത്തോളം അനുഗ്രഹമായി. (സ്ക്രീ നിൽനിന്ന് തുടർച്ചയായി)

(ഗവേഷക നേരിട്ട് സംസാരിക്കുന്നു, സ്ക്രീനിലിപ്പോൾ പ്രേക്ഷകരുടെ വിഷ്വ ലുകൾ നിറയുന്നു. പ്രത്യേകിച്ച് സ്ത്രീ പ്രേക്ഷകരുടെ)

ഗവേഷക : സമയക്കുറവു കാരണം കൂടുതൽ വിശദാംശ ങ്ങളിലേക്ക് ഞാൻ കടക്കുന്നില്ല. പക്ഷേ ഡയറി ക്കുറിപ്പുകൾ തരികയും, തങ്ങളുടെ ജീവിതം സ്നേഹത്തോടെ എന്റെ മുമ്പിൽ തുറന്നു വെയ്ക്കുകയും ചെയ്ത എന്റെ കൂട്ടുകാരികളോട് ഞാൻ നന്ദി പറയുന്നു. ഈ എഴുതുകാലത്ത് എന്നെ സഹിക്കുന്നതിനൊപ്പം എന്റെ ജീവിത ത്തിന്റെ സംഘർഷങ്ങളെ ലഘൂകരിക്കുന്ന ഒട്ടേറെ സന്തോഷങ്ങൾ അവർ നൽകുകയും ചെയ്തു. പലപ്പോഴും ഇവരിൽ പലരും എന്റെ മക്കളുടെ ചുമതലകൾ സ്വയം ഏറ്റെടുത്തു, എന്റെ എഴുത്തിനെ ത്വരിതപ്പെടുത്തി. അവരിൽ മിക്കവരും നിങ്ങൾക്കിടയിൽ ഇരിക്കുന്നുണ്ട്. എല്ലാവർക്കും നന്ദി.

(സ്ക്രീനിൽ പ്രേക്ഷകരുടെ വിഷ്വലുകൾ നിറയുന്നു Cut to അവതാരക)

അവതാരക : ചക്കീ ചങ്കരൻ - ഫാമിലി റിയാലിറ്റി ഷോ ഇവിടെ പൂർണ്ണമാകുന്നു. നിങ്ങളുടെ അഭിപ്രായവും പ്രതികരണങ്ങളും ഞങ്ങളെ അറിയിക്കുക. ഞങ്ങളുടെ വിലാസം

(പെട്ടെന്ന് തീം മ്യൂസിക് മുഴങ്ങുന്നു, വെളിച്ചം തെളിയുന്നു. അവതാരക സന്തോഷത്തോടെ ഗവേഷകയുടെ അടുത്തുചെന്ന് പുണരുന്നു. സംഗീതജ്ഞ മൈക്കുമായി അവർക്കിടയിലേക്ക്. അവർ പാട്ട് പാടി തുടങ്ങുന്നു. കൃഷ്ണയും കൂട്ടുകാരും, മറ്റു നടീനടന്മാരും സ്റ്റേജിലേക്ക് വന്ന് അതിനോടൊപ്പം ക്രമത്തിൽ താളം ചവിട്ടുന്നു. ഒരു പ്രത്യേക ഫോർമേഷനിൽ അവർ നിൽക്കുന്നു. പാട്ടിന്റെ അവസാനം, പരസ്പരം ചേർത്തുപിടിച്ച് സദസ്സിനെ വണങ്ങുന്നു. അവർ സ്റ്റേജിന്റെ പിൻഭാഗത്തേക്ക് മറയുമ്പോൾ സ്ക്രീനിൽ നാടകം രൂപപ്പെടുന്ന ദിവസങ്ങളിലെ വിഷ്വലുകൾ കാണാം. ആ വിഷ്വലുകളിൽ Credit line post ചെയ്യാം.)

■

മദേഴ്സ് ഡേ

(ഒരു ടെലിവിഷൻ ഷോയുടെ രൂപത്തിൽ ഒരു സെറ്റ്. ഒരു പെൺകുട്ടിയും ആൺകുട്ടിയും 'ആങ്കർ' ചെയ്യുന്നു. അതിഥിയായി എത്തുന്ന അമ്മനടിയും ഫോണിലൂടെയും വിഷലിലൂടെയും കടന്നുവരുന്ന മറ്റു കഥാപാത്രങ്ങളും ചേർന്നാണ് 'ഷോ' സജീവമാക്കുന്നത്) (ആവശ്യത്തിലധികമുള്ള കൃത്രിമഭാവ ചലനങ്ങളോടെ)

ആൺകുട്ടി : Hai welcome to Mother's Day special

പെൺകുട്ടി : ഇതാ നിങ്ങൾക്കുവേണ്ടി ഞങ്ങളിതാ വീണ്ടും വന്നിരിക്കുന്നു. ഇവൻ അശ്വിൻ, ഞാൻ ധന്യ, അതെ ധന്യ വാര്യർ, അമ്മമാരെ ആദരിക്കുന്ന സ്നേഹിക്കുന്ന മക്കളുടെ നാട്ടിലേക്ക് ഇതാ വീണ്ടും ഒരു 'മദേഴ്സ് ഡേ' അവരെ ഓർക്കാനും ബഹുമാനിക്കാനുമുള്ള ഈ ദിനത്തിലേക്ക് നിങ്ങൾക്ക് ഏവർക്കും സ്വാഗതം.

(സ്വർണ്ണം, വാഷിങ്ങ് പൗഡർ, മസാലകൾ, മന്ത്രച്ചരട് എന്നീ പരസ്യങ്ങളുടെ വാലറ്റങ്ങൾ മാത്രം ധൃതിയിൽ വന്നുമറയുന്നു.)

ധന്യവാര്യർ : ഹായ് മദേഴ്സ് ഡേ സ്പെഷലിലേക്ക് വീണ്ടും സ്വാഗതം. ഇന്ന് അതിഥിയായി എത്തിയിരിക്കുന്നത് ആരാണെന്ന് അറിയാമോ? കണ്ണടച്ചാൽ, അമ്മയുടെ രൂപം ആലോചിച്ചാൽ സ്വന്തം അമ്മയോടൊപ്പം നമ്മുടെ മുമ്പിലെത്തുന്ന മറ്റൊരു അമ്മയില്ലേ? കേരളത്തിലെല്ലാവർക്കും പ്രിയപ്പെട്ട അമ്മ. അതെ നിങ്ങളുടെ guess വളരെ ശരിയാണ് 'മാടാട്ട് ശ്യാമളാമ്മ!'

അശ്വിൻ : 'Welcome to മാടാട്ട് ശ്യാമളാമ്മ' നമ്മുടെ മനസ്സിൽ തങ്ങിനിൽക്കുന്ന ആയിരക്കണക്കിനു വരുന്ന അമ്മ കഥാപാത്രങ്ങൾ ചെയ്ത ശ്യാമളാമ്മയ്ക്ക് സ്വാഗതം.

(ശ്യാമളാമ്മ ഒട്ടേറെ സന്തോഷത്തോടെ ചിരിക്കുന്നു. കൈകൂപ്പുന്നു)

(ഇവർ വലിയ നാട്യങ്ങളില്ലാത്ത, സന്തോഷവതിയായ, കാര്യങ്ങൾ തുറന്നുപറയുന്ന, നന്നായി ചിരിക്കാനറിയുന്ന സ്ത്രീയാണ്)

ധന്യ	:	(ആങ്കറുടെ സ്വഭാവം പൂർണ്ണമായും വിടാതെ) അമ്മ, ഞാൻ ക്ഷണിച്ചപ്പോൾ തന്നെ ഈ ഷോയിൽ പങ്കെടുക്കുവാൻ സമ്മതിച്ചതിൽ വളരെയധികം സന്തോഷമുണ്ട്. അമ്മ ഇതിനു മുമ്പ് ഈ ഷോ കണ്ടിട്ടുണ്ടോ?
ശ്യാമളാമ്മ	:	പിന്നെ! ഷൂട്ടിങ് കഴിഞ്ഞുവന്നാ പിന്നെ ഞാൻ വല്ലതും കൊറിച്ചുകൊണ്ട് ടീവീന്റെ മുമ്പിലിരിക്കും. മോക്ക് എന്റെ കൊച്ചുമോളുടെ ഛായയുണ്ടെന്ന് എനിക്കെപ്പോഴും തോന്നും. പാവം ഇപ്പോളവൾ ഇന്ത്യക്കുപുറത്ത് ഭർത്താവിന്റെ കൂടെ...

(ധന്യ ചിരിക്കുന്നു)

(ഇവരുടെ സംഭാഷണത്തെ തിരിച്ചുവിടാനായി)

അശ്വിൻ	:	ഒരു കൊച്ചുമോനും ഇവിടെ ഉണ്ടേ!
ധന്യ	:	അമ്മേ, അമ്മയ്ക്ക് ഏറ്റവും ഇഷ്ടപ്പെട്ട കഥാപാത്രം ഏതാണെന്ന് പറഞ്ഞുകൊണ്ടു നമുക്കു തുടങ്ങാം.
ശ്യാമളാമ്മ	:	അയ്യോ... എനിക്ക് എല്ലാ കഥാപാത്രങ്ങളും ഇഷ്ടമാ മക്കളെ... എനിക്ക് കിട്ടിയതൊക്കെ നല്ല വേഷങ്ങളല്ലായിരുന്നോ... പിന്നെ നിങ്ങൾക്കറിയാ മല്ലോ, അമ്മ വേഷങ്ങളൊക്കെ എന്താ ചെയ്യാ? കുറച്ച് മക്കളെ ഗുണദോഷിക്കണം, വാത്സല്യം കാണിക്കണം, പ്രായമായ മക്കളെ മടിയിൽ കിടത്തി തലമുടിയിൽ തലോടണം (ചിരിക്കുന്നു) പിന്നെ മക്കൾക്കുവേണ്ടി കരയണം (കരയുന്ന തായി അഭിനയിച്ച് മൂക്കു ചീറ്റുന്നു). (പിന്നെ അശ്വിനെ നോക്കി പറയുന്നു)
		"മോനേ ഊണുകാലായി, വന്നു കഴിക്ക്" എന്ന് ഞാൻ ആയിരം തവണയെങ്കിലും ഈ സിനിമകളിൽ പറഞ്ഞിട്ടുണ്ടാവും.
അശ്വിൻ	:	ഞാൻ ശരിക്കും വിശന്നിട്ടിരിക്കയായിരുന്നു. അമ്മ പറയുന്നതു കേട്ടപ്പോൾ ഇപ്പോ ഊണു തരമാവുമെന്ന് തോന്നി (ചിരിക്കുന്നു)

ധന്യ	:	അശ്വിൻ ഊണുകഴിക്കാൻ പോകാൻ വരട്ടെ. അതിനുമുമ്പ് അവന്റെ സമപ്രായക്കാർ എന്തു പറയുന്നുവെന്നു നോക്കാം.

(വിഷ്വലിൽ എന്ന പോലെ)

(കോട്ടും ടൈയും അണിഞ്ഞ ഐ.ടി സ്വഭാവമുള്ള ചെറുപ്പക്കാരുടെ സംഘം. കൂടുതലും ആൺകുട്ടികളാണ്. ക്യാമറയിൽ പ്രത്യക്ഷപ്പെടാനുള്ള താത്പര്യത്തോടെ കാണാതെ പഠിച്ചതും അപ്പോൾ തോന്നിയതുമായ കാര്യങ്ങൾ പറയുവാൻ ശ്രമിക്കുന്നു. ബഹളമയമായ, ഉത്സാഹഭരിതമായ അന്തരീക്ഷം)

ടൈ ധാരി 1	:	(ഗൗരവത്തോടെ കാണാതെപഠിച്ചത് ഉരുവിടുന്നു)
		"All I am, or can be I owe to my angel mother."
ടൈ ധാരി 2	:	(അല്പം ചുറുചുറുക്കോടെ)
		Oh mummy..... (എല്ലാവരും ഏറ്റുപറയുന്നു)
		I love you for all that you do..... (ഏറ്റുപറച്ചിൽ തുടരുന്നു)
		I will kiss you........ hug you......... കൂട്ടച്ചിരി
ടൈ ധാരി 3	:	ഞാനൊരു കവിത വായിക്കാം (ഗംഭീര കവിത യാണെന്ന ഭാവത്തോടെ)
		"A mothers work is never done... She works from morning until dawn She spreads her love and keeps you warm But only once a year We say mother we wish you...."

(cut to studio)

അശ്വിൻ	:	Wow! Such a great poem!
		(ശ്യാമളാമ്മ അന്തിച്ചിരിക്കയാണ്.... ഒന്നും മനസ്സിലായിട്ടില്ലെങ്കിലും തലകുലുക്കി ചിരിക്കുന്നു)

(വിഷ്വലിലേക്ക് നോക്കി)

ശ്യാമളാമ്മ	:	നല്ല മോൻ...
ധന്യവാര്യർ	:	ഇനി അമ്മയുടെ കുടുംബത്തെക്കുറിച്ച് പ്രേക്ഷക രോട് പറയില്ലേ?
ശ്യാമളാമ്മ	:	എത്രപ്രാവശ്യം ഞാൻ പറഞ്ഞതാ... (ചിരി ക്കുന്നു) എന്നാലും പറയാം. ഞാനിപ്പോൾ

തിരുവനന്തപുരത്തീന്ന് അല്പം ഉള്ളോട്ടാ താമസിക്കുന്നത്. പത്തു പൂച്ചയും ഞാനും. ഞാനില്ലാത്തപ്പോഴും ഉള്ളപ്പോഴും വീട് നോക്കാൻ ഒരു പെണ്ണും അവളുടെ ഭർത്താവുമുണ്ട്. ഞാനും അവളും കൂടി ഓണത്തിന് സാരിയെടുക്കാൻ വന്നപ്പോഴല്ലേ ധന്യമോളെ അന്നു കണ്ടത്....

(ധന്യ ചമ്മി ചിരിക്കുന്നു)

ശ്യാമളാമ്മ : ഷൂട്ട് കഴിഞ്ഞു വീട്ടിലെത്തിയാലെനിക്കിപ്പോ വലിയ വിഷമമാ, ഒറ്റയ്ക്കാവുന്നതുപോലെ, ഇടയ്ക്ക് ആയുർവേദ ചികിത്സക്ക് ഒക്കെ പോവും. വെറുതെ ഒരു രസത്തിന്... മോളു കല്യാണം കഴിച്ചുപോയേ പിന്നെ ആളൊഴിഞ്ഞ പോലെയാ വീട്... എനിക്ക് വീട്ടിലേക്ക് വരാനേ തോന്നില്ല... അവള് ഓസ്ട്രേലിയായിലാ. കുറെ കാശൊക്കെ ഉണ്ടാക്കുന്നുണ്ട്. കുറെ കഷ്ടപ്പെട്ടാ അവള് വലുതായത്. മോൻ മരിച്ചതിൽ പിന്നെ എന്റെ സിനിമാ തിരക്കും ഒക്കെയായി അവൾ ഒറ്റയ്ക്കായി. നല്ല മിടുക്കിയായിരുന്നു... നന്നായി പഠിച്ച് ജോലിയും വാങ്ങി. ഇപ്പോ അവിടുത്തുകാരനെ കല്യാണം കഴിച്ച് അവിടെ താമസവും ആക്കി. എന്നെ അങ്ങോട്ട് കൊണ്ടുപോണം എന്നുപറഞ്ഞ് വാശിയായിരുന്നു. ഉള്ളതു പറയണല്ലോ അവന് അവളോടും കുട്ടികളോടും നല്ല സ്നേഹമൊക്കെയാ... പാവം എന്റെ കൊച്ചുമക്കള് ഭാഷയുമറിയാതെ... (കണ്ണുതുടയ്ക്കുന്നു)

അശ്വിൻ : അമ്മയുടെ ഭർത്താവ്?

ശ്യാമളാമ്മ : ഓ... എന്തു പറയാനാ...? എന്റെ മുറച്ചെറുക്കൻ തന്നെയായിരുന്നു. ഒരു വല്യ അഭിമാനി... ജോലിക്കൊന്നും പോവില്ല, കയ്യിലാണെങ്കിൽ നാലണ വെച്ചുതരാനുള്ള ആവതുമില്ല. ഭാര്യ പണിയെടുക്കുന്നതിന് ഒരു വിരോധവും ഇല്ല... അതൊന്നും ഓർക്കാതിരിക്കയാ ഭേദം. ഞാനീ കഷ്ടപ്പെട്ട് അഭിനയിച്ചത് ജീവിക്കാനും കൂടിയാ... (ചിരിച്ചുകൊണ്ട്) അല്ലാ അതുകൊണ്ടാണല്ലേ നിങ്ങളൊക്കെ എന്നെ അമ്മേ എന്നു വിളിച്ച് സ്നേഹിക്കുന്നത് (പ്രാർത്ഥിക്കുന്നതായി അഭിനയിച്ചുകൊണ്ട്) എല്ലാം ദൈവനിശ്ചയം. ഞാൻ വീടും

മക്കളും സിനിമയും ഒക്കെ ഒന്നിച്ചുതന്നെ കൊണ്ടുപോയി.

ധന്യ : അമ്മ യാത്രയൊക്കെ ചെയ്തിട്ടുണ്ടോ?

ശ്യാമളാമ്മ : പണ്ട് മദ്രാസിലാ വലിയൊരു പങ്കും ഷൂട്ടിങ്, ഇപ്പോ കേരളത്തിലും. വീടും ലൊക്കേഷനും അല്ലാതെ എവിടെയും പോയിട്ടില്ല.

അശ്വിൻ : കേരളത്തിനു പുറത്തുപോയി ജോലിയെടുക്കുന്ന മലയാളികൾക്ക് സ്വന്തം അമ്മയെക്കുറിച്ചുള്ള ഓർമ്മകളെന്തെന്നു നോക്കാം.

(വിഷ്വൽ - ഒരു ഷോപ്പിങ് മോളിലെന്നപോലെ, മലയാളികൾ, സാധാരണക്കാർ അമ്മമാരെക്കുറിച്ച് സംസാരിക്കുന്നു)

മലയാളി പുരുഷൻ: എന്റെ വീട് മാവേലിക്കരയാ, ഞാൻ എന്റെ ഭാര്യയെ അമ്മയോടൊപ്പം നിർത്തിയിട്ടാ വന്നത്. അവര് തമ്മില് അത്ര ചേരില്ല... അമ്മയ്ക്ക് അച്ഛനൊപ്പം ജീവിച്ചപ്പോഴും വലിയ സമാധാനമൊന്നും കിട്ടിയിട്ടില്ല. എന്താ ചെയ്യാ...? ജോലിക്ക് വരാതിരിക്കാനാവില്ലല്ലോ...

പുരുഷൻ 2 : ലുക്ക്, എന്റെ മദർ നന്നായിരിക്കുന്നു. 'ഷി ഈസ് എലോൺ അറ്റ് കൊല്ലം...' പശുവും അല്പസൊല്പം കൃഷിയും ആയിട്ടങ്ങനെ ഹാപ്പിയായിട്ട്... പിന്നെ അച്ഛൻ ഉണ്ടായിരുന്നപ്പോൾ ഒരു കൂട്ടായിരുന്നു. ഇപ്പോൾ ഒറ്റയ്ക്കാ... ഒറ്റ പേടിയേ ഉള്ളൂ... വല്ലവന്മാരും കാശിനോ സ്വർണ്ണത്തിനോ വേണ്ടി...

-സ്റ്റുഡിയോ-

അശ്വിൻ : Yes, കേരളത്തില് അതിപ്പോൾ ഒരു വലിയ ടെൻഷൻ തന്നെയാ

ശ്യാമളാമ്മ : (സമ്മതിച്ചുകൊണ്ട്) ഞാനത് പറയാൻ തുടങ്ങുകയായിരുന്നു. എന്റെ കൂട്ടുകാരി അമ്മിണി മരിച്ചത് എങ്ങനെയാ?

(അശ്വിനും ധന്യയും ആരെക്കുറിച്ചാണെന്ന് അറിയാത്ത ഭാവത്തോടെ)

അയ്യോ നമ്മുടെ സമരനായിക അമ്മിണി-

ധന്യ : അറിയാം ഞാനവരുടെ ഒരു 'ഇന്റർവ്യൂ' കണ്ടിട്ടുണ്ട്.

ധന്യ : അമ്മിണിയുടെ ഒരു ഇന്റർവ്യൂ മരണത്തിന് ഒരാഴ്ചമുമ്പ് ഞങ്ങളുടെ ചാനലിൽ പ്രക്ഷേപണം ചെയ്തത് ഈ അവസരത്തിൽ നമുക്ക് കാണാം.

(വളരെയധികം ഊർജ്ജസ്വലതയോടെ സംസാരിക്കുന്ന 70 കാരിയായ ഒരു സ്ത്രീ)

(നാടൻപാട്ടിന്റെ നാലുവരികൾ പാടിക്കൊണ്ട് തുടങ്ങുന്നു)

അമ്മണി : ഞാൻ കല്യാണം കഴിച്ച് കുട്ടികളൊന്നും ഇല്ലെങ്കിലെന്താ - നാട്ടിലുമുഴുവൻ എന്നെ എല്ലാവരും 'അമ്മേ' എന്നാ വിളിക്കാറ്. എന്താ കല്യാണം കഴിക്കാത്തത് എന്നു ചോദിച്ചാൽ... അന്ന് അതൊന്നും ആലോചിക്കാൻ സമയമുണ്ടായിരുന്നില്ല. പത്തു വയസ്സിൽ ഞാൻ അച്ഛന്റെയും അമ്മയുടെയും കൂടെ സമരത്തിന് ഇറങ്ങിയതാ - വലുതായപ്പോൾ മുഴുവൻ സമയം പാർട്ടിക്കാരിയായി. രഹസ്യമായിട്ടാണ് പ്രവർത്തനം. ഞാൻ ലഘുലേഖകളൊക്കെ ശരീരത്തിൽവെച്ച് എത്തേണ്ടടുത്ത് എത്തിക്കും. രാത്രി പാർട്ടി മീറ്റിങ്ങിന് പാട്ടുപാടും. കാശ് കിട്ടുമോ എന്തോ? കാശിനെ പറ്റിയൊന്നും ഞാനന്ന് ആലോചിക്കാറില്ല. നടന്നു നടന്നാണ് പലയിടത്തും പരിപാടിക്ക് പോകാറ് - പിന്നെ പൊലീസിന്റെ കുറെ തല്ലൊക്കെ കിട്ടിയിട്ടുണ്ട് - കസ്റ്റഡിയിൽവെച്ച് പാടാൻ പറയും പൊലീസുകാർ, ഞാൻ വായതുറക്കില്ല - കൈവിടർത്തി വെച്ച് കയ്യിലേക്ക് ആഞ്ഞടിക്കും. നഖത്തിൽ ലാത്തിവീഴുമ്പോഴുള്ള വേദന... ഞങ്ങൾ തൊട്ടുകൂടാത്തവരും സ്വന്തമായി ഒരിഞ്ചുഭൂമി ഇല്ലാത്തവരുമായിരുന്നു. ഒരു തെങ്ങുമൂടുള്ള ഒരു തുണ്ടു ഭൂമി സ്വന്തമായിട്ടുവേണം എന്നതുമാത്രമായിരുന്നു എന്റെ അച്ഛനും അമ്മയ്ക്കുമുള്ള ആഗ്രഹം. ഞങ്ങളുടെ കൂരയുടെ ചുറ്റും വെള്ളമാ - അതു നീന്തി കടന്നുവേണം അന്നു വീട്ടിലെത്താൻ. ഞാൻ പഠിക്കാനൊക്കെ മിടുക്കിയായിരുന്നു. പക്ഷേ, ഈർപ്പം മണക്കുന്ന തുണിയുമായി എങ്ങനെ ക്ലാസിൽ പോകും? പിന്നെ സാക്ഷരതാ ക്ലാസീന്നാ അക്ഷരം പഠിച്ചത്. പിന്നെ ഞാൻ പഠിത്തം നിർത്തീലാ - എസ്.

എസ്.എൽ.സി. എഴുതാനൊക്കെ വിചാരിച്ചതാ നടന്നീലാ - കൗൺസിലറൊക്കെ ആയത് അതിനുശേഷം - ഇപ്പോഴത്തെ പാർട്ടിയും പാർട്ടി പ്രവർത്തകരൊന്നുമല്ല അക്കാലത്ത്, കാലം കുറെ മാറി - ഇപ്പോൾ ജാതിചിന്തയൊക്കെ കൂടുതലായി വരികയാ - പാട്ടുപാടണമെന്നോ രണ്ടു വരി പാടാം. ശബ്ദമൊക്കെ ഇടറി.

പാടുന്നു - fade out

(വിഷൽകണ്ട് കരയുന്ന ശ്യാമളാമ്മ)

ശ്യാമളാമ്മ : എന്തൊരു ഉശിരത്തിയായിരുന്നു. നന്നായി പാട്ടു പാടും. സമരത്തിനൊക്കെ മുമ്പിൽതന്നെനിന്ന് അടിയൊക്കെ കിട്ടിയിട്ടുണ്ട്. അവളില്ലാത്ത ഒരു പരിപാടിയും ഞങ്ങളുടെ നാട്ടിൽ അക്കാലത്തില്ലായിരുന്നു. അവളുടെ കൂടെ ഓടിനടന്ന ആൺപിള്ളേരൊക്കെ, കുളിയും ജപവുമായിട്ട് വീട്ടിലിരുന്ന പെണ്ണുങ്ങളെ തിരഞ്ഞുപിടിച്ച് കല്യാണം കഴിച്ചു. അവള് ജീവിതകാലം മുഴുവൻ ഓടിനടന്നു. കൗൺസിലറൊക്കെയായി. എന്താ പ്രസംഗം... ഒറ്റയ്ക്കായിരുന്നു താമസം. ചെറുപ്പത്തില് കിട്ടിയ ഒരു മാല മാത്രമേ അവളുടെ കഴുത്തില് ഉണ്ടായിരുന്നുള്ളൂ. അവസാനം ആർക്കും വേണ്ടാതായി. പ്രസ്ഥാനത്തിനും അവള് ബാധ്യതയായി.... പാവം അമ്മിണി, ഒന്നരപവൻ മാലയ്ക്ക് വേണ്ടി ദുഷ്ടന്മാർ എന്റെ അമ്മിണിയെ.... (കണ്ണു തുടക്കുന്നു. മിണ്ടാതിരിക്കുന്നു)

ധന്യ : (രംഗം സന്തോഷഭരിതമാക്കാനായി...) ഇതാ ഗൾഫിൽ മക്കളോടൊപ്പം കഴിയുന്ന ഒരു അമ്മ നമ്മളോടൊപ്പമുണ്ട്...

വിഷൽ

അമ്മ : (ചുരിദാർ അണിഞ്ഞിരിക്കുന്നു. അറുപതിനടുത്ത പ്രായം)

ഹ... ഹ... ശ്യാമളാമ്മയെ കാണാൻ പറ്റിയല്ലോ... അവരിപ്പോഴും സുന്ദരി തന്നെ... (അമളി പറ്റിയതു പോലെ) അയ്യോ... ലൈവാണോ? ഞാൻ രേഖ, തൃശൂരാ വീട്, അല്പം അകത്തോട്ടു മാറി... ഇവിടെ മക്കളുടെ കൂടെയാ (ചിരിച്ചുകൊണ്ട്)

സന്തോഷമായി കൂടുന്നു. മോന്റെ ഭാര്യ രണ്ടാമത് പ്രസവിച്ചപ്പോൾ ഞാനും ചേട്ടനും ഇങ്ങോട്ടു പോന്നു. ഇനി, കുഞ്ഞൊന്നു വലുതാവുന്നതു വരെ ഇവിടെ നിക്കണം. അല്ലാ, അപ്പോഴേക്കും ഇളയവന്റെ ഭാര്യ പ്രസവിക്കാനാവും. അവർ ഇംഗ്ലണ്ടിലാ... എനിക്കാണെങ്കില് പറമ്പിലെ മാങ്ങയും ചാമ്പക്കയും വീണുവീണു കിടന്നു ചീയുന്നത് ആലോചിക്കുമ്പോൾ... മോള് അവളുടെ പ്രസവത്തിന് നാട്ടിലുവന്നുനിന്നു. പക്ഷേ, ഇരുപത്തെട്ടിനുമുമ്പേ അത് കൈക്കുഞ്ഞുമായി പോയതാ... അവനിപ്പോൾ എട്ടു വയസ്സായി. ഇംഗ്ലണ്ടിൽ പോകുമ്പോൾ അവിടെയും പോകണം. പക്ഷേ ഈ യാത്രയൊക്കെ ചെയ്യാനുള്ള ആരോഗ്യമൊന്നും പഴയതുപോലെ ഇല്ലാ... ഒരാള് പോയി കഴിഞ്ഞാ പിന്നെ എന്താവുമെന്ന് അറിയില്ല... ഞാനുള്ളപ്പോൾ തന്നെ ചേട്ടൻ പൊയ്ക്കോട്ടെ - പാവം ഒറ്റയ്ക്ക് ഒരു ഗ്ലാസ് വെള്ളമെടുത്തുകുടിച്ച് ശീലമില്ലാത്ത ആളല്ലേ?

-സ്റ്റുഡിയോ-

ശ്യാമളാമ്മ : (വിഷ്വലിനോടുള്ള പ്രതികരണമായി)

എന്റെ കെട്ടിയവനും അങ്ങനെ തന്നെയായിരുന്നു (ചിരിക്കുന്നു)

ധന്യ : അമ്മേ ഇപ്പഴും 'കെട്ടിയൻമാർക്ക്' വലിയ വ്യത്യാസമൊന്നുമില്ല

(അശ്വിനെ കളിയാക്കുന്നമട്ടിൽ) അശ്വിൻ, ചായയുണ്ടാക്കുന്നതെങ്ങനെ?

അശ്വിൻ : അതു പിന്നെ... ഇതെന്താ കുക്കറിഷോയാണോ?

(ശബ്ദം മാറ്റി) നമുക്ക് ഇനി നമ്മുടെ മഹാകവികൾ അമ്മമാരെക്കുറിച്ചു പാടിയ കവിതകൾ കേൾക്കാം. (രണ്ടു കവിതകൾ അമ്മപ്പെരുമ അനാവശ്യമായി ഊതിവീർപ്പിച്ചത് ഇവിടെ ഉപയോഗിക്കാം.)

വിഷ്വൽ:

(കവി നാട്യങ്ങളോടെ രണ്ടു കവിതകൾ ഇവിടെ ചൊല്ലാം)

-സ്റ്റുഡിയോ-

അശ്വിൻ : എന്തൊരു നല്ല കവിത - ഈ മനോഹര കവിത കൾ അമ്മയോടുള്ള സ്നേഹം കൊണ്ട് മനസ്സ് നിറയ്ക്കുന്നവയാണ്

ശ്യാമളാമ്മ : അതെ, അത്രയും നിറയുന്നതുകൊണ്ടാവും ഇന്നലെ നിങ്ങളുടെ ചാനലില് കാണിച്ചതു പോലെ പുഴുത്തുകിടക്കുന്ന അമ്മയെ കൊണ്ടു പോകാൻ മക്കൾക്ക് വല്യ ബുദ്ധിമുട്ട്... കഷ്ടം.

ധന്യ : (ഭാവചലനങ്ങളോടെ പ്രേക്ഷകരെ നോക്കി)

ദുഃഖകരമായ ഓർമ്മകളേക്കാൾ ചില സന്തോഷ കരമായ അനുഭവങ്ങളാവും ഈ ദിനത്തിൽ ഏറെ പ്രയോജനപ്പെടുക എന്നു തോന്നുന്നു. ഇതാ ഇവിടെ എൺപതാം വയസ്സിൽ ചിത്ര പ്രദർശനം നടത്തി മാധ്യമശ്രദ്ധ പിടിച്ചുപറ്റിയ ഒരു അമ്മയിലേക്ക്.

ചിത്രകാരി : പതിനാറാമത്തെ വയസ്സിലാ വിവാഹം കഴി ഞ്ഞത്... ഓടിക്കളിച്ചുനടക്കുന്ന പ്രായം. എനിക്ക് വരയ്ക്കാനും പാടാനും ഒക്കെ വലിയ താത്പര്യ മായിരുന്നു. പിന്നെ കല്യാണം... കുട്ടികളും വീടും ഒക്കെയായി പത്തമ്പതു വർഷം അങ്ങനെ പോയി. എപ്പോഴോ ഞാൻ വീട്ടിലൊറ്റയ്ക്കായി. കൂടെ താമസിക്കാൻ കുറെപേരുണ്ട്. പക്ഷേ, മനസ്സുകൊണ്ട് ഒറ്റയ്ക്കായി. ആരോടും മിണ്ടാനും പറയാനുമില്ലായിരുന്നു. പേരക്കുട്ടിയുടെ ബ്രഷും പെയിന്റും കൊണ്ട് വര തുടങ്ങിയതാണ്. പിന്നെ ഒരു ഭ്രാന്തുപോലെ വര തുടങ്ങി. ഇപ്പോൾ എക്സിബിഷൻ കാണുമ്പോൾ എനിക്കുതന്നെ അദ്ഭുതമാ. എന്റെ നെഞ്ചിലിത്രയും ചിത്രങ്ങളു ണ്ടായിരുന്നോ?

-സ്റ്റുഡിയോ-

ശ്യാമളാമ്മ : അവളൊരു മിടുക്കിയാ... വെറുതെ പതം പറഞ്ഞി രിക്കാതെ നല്ലതുവല്ലതും ചെയ്തിരിക്കുന്നല്ലോ- മോളെ നിന്റെ അമ്മയെക്കുറിച്ച് പറഞ്ഞില്ലല്ലോ-

ധന്യ : അമ്മ... She is good... നന്നായിരിക്കുന്നു. ഞാനേ റ്റവും വഴക്കടിക്കാറ് അമ്മയുടെ അടുത്തായി രുന്നു. വലുതാവുന്തോറും ഞങ്ങള് നല്ല കൂട്ടായി - ഇപ്പോൾ അമ്മയാ എന്റെ കൂട്ടുകാരി.

അരങ്ങിലെ മത്സ്യഗന്ധികൾ

ശ്യാമളാമ്മ	:	എന്റെ മോളും അങ്ങനെയൊക്കെയായിരുന്നു... പാവം കടലുകടന്നുപോയി... ഞാനൊറ്റയ്ക്കായി.
അശ്വിൻ	:	മലയാളിയെ മുഴുവൻ സാന്ത്വനംകൊണ്ടു മൂടിയ ഈ അമ്മയോട് പ്രേക്ഷകർക്ക് എന്താണ് ചോദിക്കാനുള്ളതെന്നു നോക്കാം...
ഫോൺ 1	:	(പുരുഷശബ്ദം) ഹലോ.... ശ്യാമളാമ്മയല്ലേ?
ശ്യാമളാമ്മ	:	അതെ, മോന് എന്നെ പരിചയമുണ്ടോ?

(ഇപ്പോഴവർ ഒരു അഭിനേത്രിയെപ്പോലെയാണ് പെരുമാറുന്നത്)

ഫോൺ1	:	സിനിമ കാണാറുണ്ട്. എന്റെ മനസ്സിൽ അമ്മ എന്ന് ആലോചിക്കുമ്പോൾ നിങ്ങളുടെ ചിത്രമാണ് ഓർമ്മവരിക.
ശ്യാമളാമ്മ	:	മോന്റെ അമ്മ എവിടെയാ?
ഫോൺ1	:	ഇതാ ഇവിടെ ഇരുന്ന് പരിപാടി കാണുന്നുണ്ട്
ശ്യാമളാമ്മ	:	(ചിരിക്കുന്നു) ഒന്നു ഫോൺ കൊടുത്തേ.
ഫോൺ1	:	(അമ്മേ സംസാരിക്ക് ശ്യാമളാമ്മ)
ഫോൺ1	:	(അമ്മയുടെ ശബ്ദം) ചെറുപ്പത്തിൽ ശ്യാമളയുടെ സിനിമയൊക്കെ ഞാൻ കുറെ തവണ കാണുമായിരുന്നു. അതൊരു കാലം - ഇന്ന് പിള്ളേരൊന്നിനും സമ്മതിക്കുകേല... പ്രായാവുന്നത് ഒരു കുറ്റമാണോ?
ശ്യാമളാമ്മ	:	പിന്നെ, അതെങ്ങനെയാ ഒരു കുറ്റാവുന്നത്?
ഫോൺ1	:	(അമ്മ) ഞാനുള്ളതു പറയാലോ, ഞാൻ നിങ്ങളുടെ ശബ്ദം കേക്കാൻ വിളിച്ചതാ.... നന്നായി വരും.

(ശ്യാമളാമ്മ ചിരിക്കുന്നു)

ഫോൺ 2	:	ഹലോ... ധന്യമോളാണോ, ഒന്നു ശ്യാമളാമ്മയ്ക്കു കൊടുത്തേ
ധന്യ	:	ശ്യാമളാമ്മ കേൾക്കുന്നുണ്ട്. പറഞ്ഞോളൂ.
ശ്യാമളാമ്മ	:	എവിടുന്നാ ചേച്ചി - പറഞ്ഞാട്ടെ.
ഫോൺ 2	:	(കുറെ സ്ത്രീകളുടെ ശബ്ദങ്ങൾ, ചിരി....) ഞങ്ങൾ ശരണാംബിക വൃദ്ധസദനത്തീന്നാ - മാർച്ച് 8ന് ഒന്നിവിടം വരെ വരാമോ?

സജിത മഠത്തിൽ

ശ്യാമളാമ്മ	:	അയ്യോ... ഷൂട്ടില്ലെങ്കിൽ വരാം. കത്തയച്ചാൽ മതി - എന്താ കാര്യം (ചിരിച്ചുകൊണ്ട്) ഡാൻസും പാട്ടും ഒക്കെയാണോ? അതോ ധ്യാനത്തിന്റെ ഉദ്ഘാടനമാണോ?
ഫോൺ 2	:	(വീണ്ടും ചിരി...) അല്ലാ ഇവിടെ ഒരു കല്യാണം - അന്തേവാസികൾ തമ്മിലാ
ശ്യാമളാമ്മ	:	
ധന്യ	:	കല്യാണമോ?
ഫോൺ 2	:	അതെ... (ചിരിയുടെ ശബ്ദം)

ഇവിടുത്തെ പഴയ അന്തേവാസി ഭാർഗ്ഗവൻ ചേട്ടൻ, സുപ്രണ്ടായി പെൻഷ്യൻ പറ്റിയതാ.... ഇപ്പോ പത്തു പതിനഞ്ചുവർഷമായി വന്നിട്ട് - ഭാർഗവി പുതിയ അന്തേവാസിയാ. പണ്ട് കോളേജില് വെച്ചേ പരിചയമുണ്ടുപോലും. ഇപ്പോൾ പ്രേമത്തിലാ കുറച്ചുകാലമായിട്ട്.

ശ്യാമളാമ്മ	:	അയ്യോ മക്കളോട് പറഞ്ഞോ...
ഫോൺ 2	:	ഇല്ല - പക്ഷേ, ഞങ്ങളൊക്കെ ആലോചിച്ച് എടുത്ത തീരുമാനം കല്യാണം കഴിഞ്ഞും ഇവിടെത്തന്നെ അവർ താമസിക്കട്ടെ എന്നാ... മക്കൾക്ക് എവിടെയാ നേരം. ശ്യാമളാമ്മ വന്ന് അവരെ അനുഗ്രഹിക്കണം...
ശ്യാമളാമ്മ	:	(അല്പം ആവേശത്തോടെ)

ഞാൻ തീർച്ചയായും വരും... എനിക്കുംകൂടി ഒരു ചെറുക്കനെ കണ്ടുപിടിക്കണേ... (ചിരിക്കുന്നു.)

ധന്യ	:	ശ്യാമളാമ്മയെപ്പോലെ സരസയായ ഒരു അമ്മയെ നമുക്ക് 'മദേഴ്സ് ഡേ'യ്ക്ക് കിട്ടിയതിൽ ഏറെ സന്തോഷമുണ്ട്. അമ്മേ - നന്ദി.

ശ്യാമളാമ്മ കൈകൂപ്പി ചിരിക്കുന്നു.

ധന്യ:		
അശ്വിൻ	:	നമ്മുടെ മദേഴ്സ് ഡേ സ്പെഷ്യൽ ഇവിടെ അവസാനിക്കുന്നു.... ഞങ്ങളുടെ വിലാസം....

■

കാളി നാടകം ഇന്ത്യയിലെ പല സംസ്ഥാനങ്ങളിലായി പതിനഞ്ചിലധികം വേദികളിൽ അരങ്ങേറിയിട്ടുണ്ട്. പ്രതിജ്ഞാബദ്ധമായ ഒരു ടീമാണ് അതിൽ പങ്കാളികളായിട്ടുള്ളത്.

അഭിനേതാക്കൾ

കാളി	:	സജിത മഠത്തിൽ
കൂളി	:	രശ്മി സതീഷ്/പ്രിയ ശ്രീജിത്ത്
ദാരികൻ	:	സുമേഷ് ചിറ്റൂരാൻ
ശാസ്ത്രികൾ	:	വി.ആർ. സെൽവരാജ്
ക്ഷേത്ര കമ്മിറ്റി പ്രസിഡന്റ്	:	ജയചന്ദ്രൻ തകഴി
ക്ഷേത്ര കമ്മിറ്റി സെക്രട്ടറി	:	ഗോപാലൻ മങ്ങാട്
പൊലീസ് സബ് ഇൻസ്പെക്ടർ	:	സുധി പാനൂർ
ഹെഡ് കോൺസ്റ്റബിൾ	:	അജി തിരുവാങ്കുളം
വനിത കോൺസ്റ്റബിൾ	:	അനുഗ്രഹ പോൾ
ന്യൂസ് റിപ്പോർട്ടർ	:	ദേവിക/ചാതുരി ചന്ദ്രഗീത
ഭക്തജനസംഘം	:	മിഥുലേഷ്, മനോജ് ഭാനു, നസറുദ്ദീൻ, വിഷ്ണു, രാഹുൽ ശ്രീനിവാസൻ, ഗോവിന്ദ് നമ്പ്യാർ, സജീവ് റോയ്, കലാമണ്ഡലം വൈശാഖ് ജി., അഖില നാഥ്, കലാമണ്ഡലം ശരത്ത്

അണിയറയിൽ

രചന	:	സജിത മഠത്തിൽ
സംഗീത സംവിധാനം	:	പാരിസ് ചന്ദ്രൻ
സംഗീതം	:	രശ്മി സതീഷ്, മിഥുലേഷ്, ദേവിക
ലൈറ്റ്സ് ഡിസൈൻ	:	ശ്രീകാന്ത് കാമിയോ
ലൈറ്റ് എക്സിക്യൂഷൻ	:	ജോളി ആന്റണി
സൗണ്ട്	:	ജസ്റ്റിൻ
മേക്കപ്പ്	:	പട്ടണം റഷീദ്/ കലാമണ്ഡലം വൈശാഖ് ജി.
ആർട്ട് & കോസ്റ്റ്യും ഡിസൈനർ	:	ശോഭ മേനോൻ
കോസ്റ്റ്യുംസ്	:	രാജീവ് പീതാംബരൻ
സെറ്റ്	:	ഭാനുവജനൻ
പ്രോപ്പർട്ടീസ്	:	സുമേഷ് ചിറ്റൂരാൻ
അസിസ്റ്റന്റ് ഡയറക്ടർ	:	ആന്റണി പീറ്റർ
നിർമ്മാണം	:	ലോകധർമ്മി തിയേറ്റർ, കൊച്ചി
ഡിസൈൻ & ഡയറക്ഷൻ	:	ചന്ദ്രദാസൻ

‘കാളി നാടകം’

(കാളി നാടകം ആരംഭിക്കുന്നതിന്റെ ഒരുക്കങ്ങളാണ് നടക്കുന്നത്. വലിയന്നൂർ കാവിന്റെ ചുറ്റുമതിലിനു പുറത്താണ് രംഗവേദി. കാവിലേക്ക് കയറാനുള്ള നടയും നമുക്ക് കാണാം. മിന്നുന്ന ബൾബുകൾകൊണ്ട് തീർത്ത കാളി രൂപം. കുരുത്തോലയും പൂക്കളും തൂങ്ങിക്കിടപ്പുണ്ട്. ചില പ്രധാനികൾ നിർദ്ദേശങ്ങൾ നൽകി രംഗവേദിയിലൂടെ ഓടി നടപ്പുണ്ട്. പാട്ടുകൂട്ടവും ഒരു ഭാഗത്ത് തയ്യാറെടുക്കുന്നു.

രംഗവേദിയുടെ ഒരു ഭാഗത്ത് കളം വരക്കുന്നുണ്ട്. പാട്ടുകൂട്ടം ഒരു ദേവിസ്തുതി പാടി തുടങ്ങുന്നു.)

“ദേവിക്കു നമസ്കാരം
നിത്യക്കു നമസ്കാരം
ഏതു ദേവി തൻ ശക്തി-
രൂപിണിയായിസ്സർവ-
ഭൂത സഞ്ചയത്തിലും
വാണരുളീടുന്നുവോ
അവർക്കു നമസ്കാരമവൾക്ക്
നമസ്കാരം”

(കമ്മിറ്റിഅംഗങ്ങളിലെ പ്രധാനി, കമ്മിറ്റി പ്രസിഡന്റ് ഒരു സ്റ്റാന്റ് മൈക്ക് എടുത്ത് സ്റ്റേജിന്റെ മുൻവശത്തേക്ക് ധൃതിയിൽ കൊണ്ടുവരുന്നു. ഭക്തിരസം മുഖഭാവത്തിലും ആഹാര്യത്തിലും ഉണ്ട്)

(ഭക്തിപൂർവ്വം സദസ്സിനെ വണങ്ങിക്കൊണ്ട്)

മണ്ണിൽനിന്നു എഴുന്നുവന്ന അമ്മേ
വിത്തിന്റെ ആധാരരൂപയായ അമ്മേ
അമ്മയുടെ അറുപത്തിനാലു കൈകൾ
വളർന്നുവലുതായ ശാഖകൾപോലെ
പടർന്നു കിടക്കുന്ന വൃക്ഷംപോലെ
ആകാശം മുടിചൂടി ഉയർന്ന അമ്മേ
ദാരികനെ കൊല്ലാൻ മലനാട്ടിൽ-
നിന്നു തിരിച്ചവളേ....
അമ്മേ... കാളി...

(പാട്ടുകൂട്ടം പാടുന്നു)

"അന്തക വൈരിയാം തമ്പുരാന്റെ
ചെന്തീക്കനൽ കണ്ണിൽ വന്നു തിത്ത
തമ്പുരാട്ടീ ദേവീ കൈതൊഴുന്നേ
സങ്കടം തീർത്തെന്നേപ്പാലിക്കേണേ."

കമ്മിറ്റി പ്രസിഡന്റ് : (വികാരഭരിതനായി തുടരുന്നു)

കൃത്യം അൻപത്തിയൊന്നു വർഷങ്ങൾക്കു ശേഷം ഭദ്രകാളി പ്രീതിക്കായി കാളിനാടകം ഇവിടെ അരങ്ങേറുകയാണല്ലോ! ഭക്തജനങ്ങളുടെ പ്രാർഥനയും സഹകരണവും കൊണ്ടു മാത്രമാണ് ഇത് സാദ്ധ്യമായത്. ഇനി ഒരിക്കലും വലിയന്നൂർ കാവിന്റെ മുറ്റത്ത് കാളി നാടകം സംഭവിക്കില്ല എന്നായിരുന്നു നമ്മൾ കരുതിയത് എന്നാൽ രാമപുരം മഠത്തിലെ നീലകണ്ഠ ശാസ്ത്രികൾ പ്രശ്നം വെച്ച് പറഞ്ഞത്, ഈ വലിയന്നൂർ കാവിൽ നടന്നുകൊണ്ടിരിക്കുന്ന എല്ലാ ദുർഘടങ്ങൾക്കും കാരണം കാളി പ്രീതി ഇല്ലാത്തതാണെന്നാണ്. കാളി... മഹാകാളി... അങ്ങനെ ദുഷ്ടനിഗ്രഹത്തിനും ശിഷ്ടപരിപാലനത്തിനുമായി സാക്ഷാൽ സംഹാരമൂർത്തിയുടെ തൃക്കണ്ണിൽനിന്നും അവതരിച്ച മഹാ കാളിയെ തൃപ്തിപ്പെടുത്താനായി വീണ്ടും കാളി നാടകം അനുഷ്ഠിക്കുകയാണ്.

(ഇതിനിടയിൽ കമ്മിറ്റി സെക്രട്ടറി കടന്നുവരുന്നു. മൈക്കിനോട് പ്രത്യേക താത്പര്യമുണ്ട്. എല്ലാ കാര്യങ്ങളിലും തനിക്ക് ഒരു ഇടപെടൽ വേണമെന്ന് കരുതുന്ന ഒരു ഭക്തൻ)

(മൈക്കിനടുത്ത് വന്ന് ഒരു മിനുട്ട് എന്ന് കൈകൊണ്ട് കാണിച്ച് മൈക്ക് തന്റെ വശത്തേക്ക് തിരിച്ച് വെക്കുന്നു)

സെക്രട്ടറി : കാളി നാടകം കവർ ചെയ്യാൻ വന്ന ചാനലുകാരുടെ പ്രത്യേക ശ്രദ്ധയ്ക്ക്. കമ്മിറ്റി ഓഫീസിൽ നിന്ന് അഞ്ഞൂറു രൂപ അടച്ച് ബാഡ്ജ് ധരിച്ചവർക്കു മാത്രമേ ചുറ്റുമതിലിനകത്തേക്ക് പ്രവേശനം ഉണ്ടായിരിക്കുകയുള്ളൂ. കാവിനകത്തു കയറാനോ ചിത്രീകരിക്കാനോ ആർക്കും അനുവാദം ഉണ്ടായിരിക്കുന്നതല്ല! ചാനലുകാർ ക്ഷേത്ര മര്യാദകൾ പാലിക്കണമെന്ന് വിനീതമായി അഭ്യർത്ഥിക്കുന്നു.

ഭക്തജനങ്ങളും തങ്ങളുടെ മൊബൈൽ ഫോണിൽ അനുഷ്ഠാനങ്ങൾ പകർത്താനോ ഫോട്ടോ എടുക്കാനോ പാടുള്ളതല്ല. എല്ലാവരും തങ്ങളുടെ ഫോൺ സൈലന്റ് മോഡിലേക്ക് മാറ്റി ഭക്തിപൂർവ്വം കാളിനാടകം കാണണമെന്നാണ് സെക്രട്ടറി എന്ന നിലയിൽ എനിക്ക് പറയാനുള്ളത്. ശത്രുദോഷം തീർക്കുന്നതിനുള്ള വെടി വഴിപാട് കാവിന്റെ പുറകുവശത്തുള്ള കാഞ്ഞിരത്തറയ്ക്കു സമീപം ചീട്ടാക്കാവുന്നതാണ്. വിവേകാനന്ദ സേവാസംഘത്തിന്റെ നേതൃത്വത്തിൽ കാവിന്റെ തെക്കുവശത്തും വടക്കുവശത്തും സൗജന്യ ചുക്കുകാപ്പിയും അവിലുകൊഴച്ചതും വിതരണം ചെയ്യുന്നുണ്ട്. ഈ സൗകര്യം പരമാവധി പ്രയോജനപ്പെടുത്താവുന്നതാണ്.

ഹായ് ശങ്കരേട്ടൻ...

വലിയന്നൂരിലെ പ്രസിദ്ധ സ്വർണ്ണ വായ്പാ ബാങ്ക് നടത്തുന്ന മന്നാൻ ആന്റ് സൺസിന്റെ പ്രൊപ്രൈറ്റർ ശങ്കരേട്ടന് വലയിന്നൂർ കാളിനാടക ആഘോഷ കമ്മിറ്റിയുടെ നന്ദിയും സ്നേഹവും ഈ അവസരത്തിൽ രേഖപ്പെടുത്തുന്നു.

മറ്റൊരു പ്രധാനപ്പെട്ട കാര്യം ദാരികവധം നടക്കുന്ന തറയ്ക്ക് സമീപത്തിരിക്കുന്നവർ പ്രത്യേകം ശ്രദ്ധിക്കണം. 50 വർഷം മുമ്പ് ദാരികനെ കൊല്ലാൻ എത്തിയ കാളി, ദാരിക വേഷമിട്ട കോമക്കുറുപ്പിനെ....

(പ്രസിഡന്റ് ഇടപെടുന്നു) ഛെ.... നീ ആളുകളെ പേടിപ്പിക്കാതെ!

അരങ്ങിലെ മത്സ്യഗന്ധികൾ

സെക്രട്ടറി : (ഇഷ്ടപ്പെടുന്നില്ല) പിന്നല്ലാതെ... കോമൻ കുറുപ്പിനുവേണ്ടി ഇവിടെ തറകെട്ടിയിട്ടും ഇപ്പോഴും ദുർനിമിത്തങ്ങളാണ്. കലി തുള്ളി വരുന്ന കാളിയാ...

എന്തെങ്കിലും സംഭവിച്ചാലേ പ്രസിഡന്റിന് ഒരു കുഴപ്പവും ഇല്ല, സെക്രട്ടറി എന്ന നിലയ്ക്ക് ഞാൻ വേണം ഉത്തരം പറയാൻ, ശരിയല്ലേ അപ്പേട്ടാ?

(പ്രസിഡന്റ് മൈക്ക് പൊത്തി അയാളെ മാറ്റി, വീണ്ടും സംസാരിച്ചു തുടങ്ങുന്നു)

(അന്തരീക്ഷം ഡീൽ ചെയ്തുകൊണ്ട്)

ദുഷ്ടപ്രവർത്തിക്കു മുമ്പിൽ കാളി കലി തുള്ളിയേ അടങ്ങൂ. കാളിയുടെ കലിക്കു മുമ്പിൽ നമ്മൾ പ്രാണികൾ മാത്രം.

(പെട്ടെന്ന് സെക്രട്ടറി ഇടയ്ക്കു കയറിക്കൊണ്ട്)

ദാരിക വധത്തിനുശേഷം കാളി, മുടി ഉഴിച്ചിലി നായി ഈ തറയിലേക്കു തന്നെയാവും പ്രവേശി ക്കുക. അനുഗ്രഹം വാങ്ങേണ്ടവർ കൗണ്ടറിൽ നിന്ന് നൂറു രൂപയുടെ റസീറ്റ് എടുക്കേണ്ടതാണ്. പിന്നെ... മറ്റൊരു...

എണ്ണ വഴിപാടു നൽകിയവരുടെ പേരു വിവരം....

(ലിസ്റ്റ് പുറത്തെടുക്കുന്നതിനിടയിൽ പ്രസിഡന്റ് മൈക്ക് പിടിച്ചുവാങ്ങുന്നു)

ഈ കമ്മിറ്റിയുടെ നേതൃത്വത്തിൽ അനുഷ്ഠാനത്തിനായി വീണ്ടും തറ ഒരുങ്ങുകയാണ്. അൻപതു വർഷത്തിനുശേഷം കാളി നാടകം വീണ്ടും അനുഷ്ഠിക്കുമ്പോൾ ദാരികവേഷം കെട്ടുന്നത് നമ്മുടെ നാട്ടിലെ പൗരപ്രമുഖനും കേളികേട്ട വാളകം കുടുംബാംഗവും...

സെക്രട്ടറി : പഞ്ചായത്ത് മുൻ പ്രസിഡന്റു കൂടിയായ...

പ്രസിഡന്റ് : അതെ, മുൻ പഞ്ചായത്ത് പ്രസിഡന്റുകൂടിയായ രാമക്കുറുപ്പാണ്. കാളിവേഷം കെട്ടുന്നതിന് നിയോഗിക്കപ്പെട്ട കൊട്ടിയം വീട്ടിൽ സന്തതികളില്ലാത്തതിനാൽ ഭദ്രകാളി പാട്ടുകാരനായ....

സെക്രട്ടറി : (പുച്ഛഭാവം) എന്താ അയാളുടെ പേര്...?

പ്രസിഡന്റ് : ചാത്തന്റെ മോൾ കാളിയാണ്, കാളിദേവിയായി വേഷം കെട്ടുന്നത്.

സെക്രട്ടറി : എല്ലാ മേഖലകളിലും സ്ത്രീകൾ പുരുഷന്മാരോടൊപ്പം മുന്നേറി മുന്നേറി വരികയല്ലേ? അതു കൊണ്ടുതന്നെ ഈ പെൺകാളിക്കും ദാരിക വധത്തിന്റെ മാറ്റ് കുറയാതെ അവതരിപ്പിക്കാൻ പറ്റുമെന്ന് എനിക്കുറപ്പുണ്ട്.

സെക്രട്ടറി : ങേ...?

പ്രസിഡന്റ് : സോറി. കമ്മിറ്റിക്കുറപ്പുണ്ട്!

പ്രസിഡന്റ് : അതെ, ഉഗ്രതയ്ക്കും കലിക്കും ഈ പെൺ കാളി ഒട്ടും പിറകിലാവില്ല. അനുഷ്ഠാന ചിട്ടകൾ പഠിച്ച് വ്രതമനുഷ്ഠിച്ച് കാളി നമുക്കു മുന്നിലേക്ക് എത്താൻ ഇനി ഏതാനും സമയം മാത്രം (സെക്രട്ടറിയോട്) ഇനി എത്ര സമയം എടുക്കും?

സെക്രട്ടറി : എന്തായി?

ഒരു ഭക്തൻ ഓടിവന്ന്: ഉടുത്തുകെട്ടുന്നേ ഉള്ളു....

സെക്രട്ടറി : ഗോപാലന്റെ നേതൃത്വത്തിലുള്ള പൊലീസ് സംഘം ഭക്തജനങ്ങളെ സഹായിക്കാനായി കാവിന്റെ പരിസരത്തുതന്നെ ഉണ്ടാകേണ്ടതാണെന്ന് അഭ്യർത്ഥിക്കുന്നു. (പ്രസിഡന്റിനോട്) അയാൾ സ്കൂട്ടറിൽ സ്കൂപ്പാവുന്നത് ഞാനിപ്പോൾ കണ്ടതേ ഉള്ളു (രണ്ടാളും ചിരിക്കുന്നു)

അരങ്ങിലെ മത്സ്യഗന്ധികൾ

(രണ്ടു പൊലീസുകാർ ഓടിവരുന്നു)

പൊലീസ് 1	:	ഞങ്ങൾ ഇവിടെ ഒക്കെ ഉണ്ട്.
സെക്രട്ടറി	:	(ചുറ്റും നോക്കി അറിയാത്ത ഭാവത്തിൽ) അല്ല, എസ്.ഐ സാർ എവിടെ?
പൊലീസ് 1	:	(ചുറ്റും അതേപോലെ നോക്കി) ഇവിടെത്തന്നെ ഉണ്ടായിരുന്നു.
വനിതാ പൊലീസ്	:	അല്ല സാർ, സാറ് ഭാര്യവീട് വരെ പോയിട്ട് വരാന്നല്ലേ പറഞ്ഞത്? പരിപാടി തുടങ്ങുമ്പോൾ വിളിക്കാൻ പറഞ്ഞില്ലേ? മറന്നുപോയോ?
പൊലീസ് 1	:	(സംഗതി പിടിക്കപ്പെട്ട ചമ്മലിൽ നിന്ന് രക്ഷപ്പെടാൻ ഗൗരവത്തോടെ സെക്രട്ടറിയോട്)
		വധം ഉടനെ നടക്കില്ലേ?
പ്രസിഡന്റ്	:	തുടങ്ങാറായി, തുടങ്ങാറായി. കിരീടം മുറുക്കി കഴിഞ്ഞാൽ ദാരികൻ വരാറായി.
പൊലീസ് 1	:	പെർമിഷൻ രണ്ടു മണിവരെയേ ഉള്ളൂ. വധം അതിനുമുമ്പ് നടക്കില്ലേ?
വനിതാ പൊലീസ്	:	ഇതു തന്നെ സ്പെഷ്യൽ പെർമിഷനാ..
		(മൈക്കിലൂടെ) പൊലീസ് സംഘത്തിനുള്ള ചായയും ഇല അടയും കമ്മിറ്റി ഓഫീസിലേക്ക് എത്തിക്കേണ്ടതാണ്. (പൊലീസുകാരോട്) സാറന്മാർ പെന്നാട്ടെ... കാപ്പിസിലാവുമ്പോൾ ഇരുന്ന് കഴിക്കാല്ലോ....
സെക്രട്ടറി	:	(ചിരിയോടെ) ഈ പൊലീസുകാരുടെ ഒരു കാര്യം, വിളിച്ചാലും കുഴപ്പം, വിളിച്ചില്ലെങ്കിലും കുഴപ്പം. കൈതമുള്ളിൽ പിടിച്ചപോലയാ അങ്ങോട്ടും ഉഴിയാൻ പറ്റില്ല, ഇങ്ങോട്ടും ഉഴിയില്ല....
പ്രസിഡന്റ്	:	കാളി നാടകം കഴിപ്പിക്കാനുള്ള നിങ്ങളുടെ എല്ലാവരുടെയും ആഗ്രഹം കമ്മിറ്റി തിരിച്ചറിയുന്നു. കാളിപ്രീതി നമ്മുടെ ജീവവായു പോലെ പ്രധാനപ്പെട്ടതാണെന്ന് തിരിച്ചറിഞ്ഞവരാണ് വലിയന്നൂരുകാർ....
സെക്രട്ടറി	:	ഭക്തരുടെ നിർബന്ധപ്രകാരം കാളിനാടകം വഴിപാട് ബുക്കിംഗ് ആരംഭിച്ചു കഴിഞ്ഞു.

സജിത മഠത്തിൽ

2017-ലേക്കുവരെ ബുക്കിംഗ് ആയിക്കഴിഞ്ഞു. 2018-ലേക്ക് ബുക്കിങ്ങിനായി പണം അടക്കേണ്ടവർ ഉടനെ തന്നെ ബുക്കിംഗ് കൗണ്ടറിലേക്ക് ചെല്ലുക.

ഭക്തൻ ഓടിവന്ന് : ദാരികൻ ഇറങ്ങാറായി...

പ്രസിഡന്റ് : അണിയറയിൽനിന്നു കിട്ടിയ വിവരമനുസരിച്ച് പ്രിയമുള്ള ഭക്തജനങ്ങളേ... കാളി നാടകം ആരംഭിക്കുന്നു. ദാരിക പുറപ്പാടിനായി എല്ലാവരും ഒന്നു ഒതുങ്ങി ഇരിക്കണമെന്ന് വിനീതമായി അഭ്യർത്ഥിക്കുന്നു.

സെക്രട്ടറി : മുരളീ... (കാര്യങ്ങൾക്കായി ഉത്സാഹിക്കുന്നു)

(പാട്ടുകൂട്ടത്തിന്റെ സംഘത്തലവൻ സെക്രട്ടറിയുടെ അടുത്തേക്ക്)

പാട്ടുകാരൻ : സാർ, പണം....

സെക്രട്ടറി : അത് ഇവിടെ അല്ല അടക്കേണ്ടത്. തെക്കു വശത്തെ കൗണ്ടറിൽ പോയി അടയ്ക്ക്.

പ്രസിഡന്റ് : (സന്തോഷത്തോടെ) ഇതാ 2019-ലേക്കുള്ള കാളി നാടകത്തിന്റെ ബുക്കിങ്ങും ആയിക്കഴിഞ്ഞു. ഇനി 2020....

പാട്ടുകാരൻ : അല്ല സാർ, ഞങ്ങളുടെ അഡ്വാൻസ്?

സെക്രട്ടറി : ദാരികൻ ഇറങ്ങാറായി അതിന്റെ ഇടയിലാ അഡ്വാൻസ്?

പാട്ടുകാരൻ : പരിപാടിക്കുമുമ്പ് പകുതി പണം ഏറ്റതല്ലേ? രാവിലെ മുതൽ തൊണ്ട കീറാൻ തുടങ്ങിയതാ... ഒരു എറക്ക് ചുടുവെള്ളം കൂടി കമ്മിറ്റിക്കാര് തന്നിട്ടില്ല...

സെക്രട്ടറി : നീ കാശു കിട്ടിയാലേ പാടുള്ളൂ?

(ഭക്തൻ സെക്രട്ടറിയെ ദേഷ്യത്തോടെ തള്ളുന്നു. പുറകോട്ട് പോയ സെക്രട്ടറി, രോഷത്തോടെ)

സെക്രട്ടറി : നിർത്തിക്കോ, കൊട്ടും പാട്ടുമൊക്കെ നിർത്തിക്കോ. എന്റെ വീട്ടിലേക്ക് വേണ്ടിട്ടൊന്നുമല്ല. (കളത്തിലേക്ക് ചൂണ്ടിക്കൊണ്ട്) അമ്മയ്ക്ക് വേണ്ടീട്ടാ പാടുന്നത് എന്ന ബോധ്യം ഉണ്ടാവണം, ആ ബോധം ഉണ്ടാവണം.

അരങ്ങിലെ മത്സ്യഗന്ധികൾ

(തള്ളിയവനെ നോക്കിക്കൊണ്ട്)

എനിക്കറിയാം എന്താ ചെയ്യേണ്ടതെന്ന്....

സെക്രട്ടറി : (മൈക്കിലൂടെ) ഭക്ഷണ കമ്മിറ്റിയിലെ ജോഷിയും സുരേന്ദ്രനും ശ്രദ്ധിക്കുക. പാട്ടുകൂട്ടത്തിന് ആവശ്യമുള്ള ചൂടുവെള്ളം തറയ്ക്കരികിലേക്ക് എത്തിക്കേണ്ടതാണ്.

(പാട്ടുകാരോട് പുച്ഛത്തോടെ) ഇപ്പോ എത്തും.

ഇതിനിടയിൽ ദാരികന്റെ പോർവിളിയുടെയും ചെണ്ടയുടേയും ശബ്ദം...

(ദാരികന്റെ വരവിനായി പ്രതീക്ഷിച്ചിരുന്നവരുടെ മുമ്പിലേക്ക് ക്യാമറാമാൻ നടന്നുവരുന്നു. ദാരികന്റെ വരവ് റിക്കാർഡ് ചെയ്തുകൊണ്ട്)

പ്രസിഡന്റ് : ഇവിടെ കേറി നിൽക്കാൻ പറ്റില്ല

സെക്രട്ടറി : പെട്ടെന്ന് ഇറങ്ങ്, അനുഷ്ഠാനത്തറയാണ്!

ക്യാമറാമാൻ : ഇവിടെ നിന്നാലേ ദാരിക പുറപ്പാട് ശരിക്ക് കിട്ടൂ....

സെക്രട്ടറി : ഇവിടെ നിക്കാൻ പറ്റില്ല...

ക്യാമറാമാൻ : മാധ്യമ സ്വാതന്ത്ര്യം...

സെക്രട്ടറി : കാവിനകത്താണോടാ മാധ്യമ സ്വാതന്ത്ര്യം...?

(ദാരികന്റെ അലർച്ച)

ക്യാമറാമാനെ എല്ലാവരും കൂടി ഓടിക്കുന്നു.

രംഗം - 2

ദാരികന്റെ എഴുന്നള്ളിപ്പ്

(ദാരികൻ പുറത്തുനിന്ന് നൃത്തച്ചുവടുകളോടെ പ്രവേശിക്കുന്നു. ഏറെ അഹങ്കാരത്തോടെയാണ് ചലനങ്ങൾ)

ദാരികൻ : ശക്തിയും ബുദ്ധിയും ബലവും
വീര്യവും പരാക്രമവും...
ഉടയോനസുരൻ ദാരികൻ
ഞാനേ ഹുവേ....

പാട്ടുകൂട്ടം : നിന്റെ തകിലും മുരിശും
വെണ്ണിപ്പറയും വീരമദ്ദളം

സജിത മഠത്തിൽ

അടിയടാ അടിപ്പീരെടാ.... (2)
ശക്തിയും ബുദ്ധിയും ബലവും
വീര്യവും പരാക്രമവും
ഉടയോനസുരൻ ദാരികൻ
ഞാനാ ഹുവേ...

ദാരികൻ : ഈ ലോകം മുഴുവനാണ്
എന്റെ അതിർത്തി....
കിഴക്ക് ഉദയനാ പർവ്വതം
പടിഞ്ഞാറ് അസ്തമന പർവ്വതം
വടക്ക് മഹാമേരി പർവ്വതം
അതാണ് അതാണ്
ദാരികന്റെ അതിർത്തി.

പാട്ടുക്കൂട്ടം : നിന്റെ തകിലും മുരുശിയ
വെണ്ണിപ്പറയും വീരമദ്ദളം
അടിയടാ... അടിയട അടിപ്പീരടാ....

ദാരികൻ : മദയാനയുടെ മസ്തിഷ്കം

പൊളിക്കാൻ ഈ ദാരികന് ഒരു നിമിഷം വേണ്ട! ത്രീ കൈലാസ പർവ്വതം പറിച്ചെടുത്ത് ഭാര്യ മനോദരിക്ക് നീരാട്ടുകല്ലും വിളയാട്ടു പാറയു മാക്കിയവനാ ദാരികൻ! പലവർഷം കഠിനതപസ്സു ചെയ്തു നേടിയതാ വരവും വരപ്രസാദങ്ങളു മെല്ലാം!

പാട്ടുക്കൂട്ടം : രാവും പകലും ചാവാത്ത വരം..
കല്ലാലും ഇരുമ്പാലും ചാവാത്ത വരം.
അകത്തും പുറത്തും ചാവാത്ത വരം
അഗ്നിയിലും നീരിലും ചാവാത്ത വരം
അസുരന്മാരാലും ദേവന്മാരാലും ചാവാത്ത വരം

ദാരികൻ : വെറുതെ കിട്ടിയതല്ല. തീവ്രതപസ്സുചെയ്ത് കിട്ടി യതാ. മായാവതി, താമസി എന്നീ മന്ത്രദേവത കളെയും എന്തിന് ബ്രഹ്മാവിൽനിന്ന് ബ്രഹ്മ ദണ്ഡു തന്നെയും കൈക്കലാക്കി!

പാട്ടുക്കൂട്ടം : വെറുതെ കിട്ടിയതല്ല
അഹങ്കരിക്കാം ദാരികന്... (3)
വെറുതെ കിട്ടിയതല്ല
ആരുണ്ടടാ ചോദിക്കാൻ
വെറുതെ കിട്ടിയതല്ല

ദാരികൻ	:	ആരുണ്ടടാ ചോദിക്കാൻ? ആരുണ്ടടാ ചോദിക്കാൻ? ആരുണ്ടടാ ആരുണ്ടടാ ചോദിക്കാൻ?
പാട്ടുക്കൂട്ടം	:	നില്ലു നില്ലു ദാരിക, ഇനിയുമൊരു വരമുണ്ട്... (2) സ്ത്രീകളാൽ കൊല്ലപ്പെടാത്ത വരമുണ്ട് അതുകൂടി വാങ്ങിക്കൊണ്ട് പോ.....
ദാരികൻ	:	അട്ടയാലും പുല്ലിനാലും പുഴുക്കളാലും സ്ത്രീ കളാലും വരം കൊള്ളേണ്ട ഒരു പുരുഷനല്ല ഞാൻ. ശക്തിയും ബുദ്ധിയും വീര്യവും പരാക്രമവും ഉടയോനസുരൻ ദാരികൻ ഞാനേ....
പാട്ടുക്കൂട്ടം	:	നിന്റെ തകിലും മുരുശിയ വെണ്ണി പറയും അടിയടാ അടിപ്പീരെടാ ശക്തിയും ബുദ്ധിയും ബലവും വീര്യവും പരാക്രമവും ഉടയോനസുരൻ ദാരികൻ ഞാനേ... ഹുവേ...

കാളിയുടെ വരവ്

(കാളിയുടെ പുറപ്പാട്. യുദ്ധസന്നാഹത്തോടെ എത്തുന്ന കാളി. അനുഷ്ഠാന ചിട്ടയോടെയാണ് ചലനം. താളത്തിലാണെങ്കിലും ദാരികനെ കണ്ടെത്തി യുദ്ധം പ്രഖ്യാപിക്കുക എന്നതാണ് ലക്ഷ്യം. കൂടെ സെക്രട്ടറിയും പ്രസിഡന്റും പരിവാരങ്ങളും.)

കാളിയും
പാട്ടുക്കൂട്ടവും - "മേനി തിരുമുടി ചുറ്റിക്കെട്ടി
മേഘപ്പടലി ഞൊറിഞ്ഞുടുത്ത്
വേതാളം തന്റെ ചുമലിലേറി
മേളമോടങ്ങെഴുന്നള്ളുമമ്മേ
മൈക്കണ്ണിയാളേ നിനച്ചിടുമ്പോൾ
മൈക്കണ്ണി നിൻപ്രഭയെന്നുചെല്ലാം
മൊട്ടമ്പും ചൊട്ടയും നാന്തകവും
മെട്ടെന്നു കയ്യിൽ ധരിച്ചുകൊണ്ടേ
മോദത്തോടെ നിന്റെ കൂളികളുമായ്!
വാഹനത്തിന്മീതിലേറി വന്നേ
മൗലിമഹേശ്വരീ മഞ്ജുകാംഗി
മാരാരി നന്ദിനി കൈതൊഴുന്നോൻ
മാനം വരുത്തേനേ തമ്പുരാട്ടി
ഇക്കാവിൽ വാഴുന്ന തമ്പുരാട്ടി!"

ദാരികന്റെ അലർച്ച : ഹൂവേ...

(അതിനു മറുപടി എന്നവണ്ണം അത്യധികം ക്രോധത്തോടെ)

കാളി : ഓ....
മണ്ടാനാക കൊണ്ടല്ലയോ
ദാരികാ തണ്ടുകാട്ടുന്ന വർത്തമാനം.
തുണ്ടം തുണ്ടമായി
നിന്നെ വെട്ടിമുറിച്ച് എന്റെ
ഭൂതഗണങ്ങൾക്കു തീറ്റയാക്കും.
എന്റെ പേര് ഭദ്രകാളി
എന്നാണെങ്കിൽ....

(പാട്ടുക്കൂട്ടം ഏറ്റുപാടുന്നു)

എന്റെ പേര് ഭദ്രകാളി
എന്നാണെങ്കിൽ ദാരികാ
നിന്റെ തല ഞാൻ കൊയ്തിടാതെ
പോകയില്ല ദാരികാ.

കാളി : ധൈര്യമുണ്ടെങ്കിൽ
പോരിനുവാ ദാരികാ
നിന്നെപ്പോലെ ഒളിച്ചിരിക്കാൻ
വന്നവളല്ലടാ ഞാൻ.
നിന്റെ പടകളൊത്തു ഇന്നു
കാലന്നൂരിലേക്ക് യാത്രയാക്കും..

(പാട്ടുകൂട്ടം ഏറ്റുപാടുന്നു)

പടകൂട്ടി പോർക്കളത്തിൽ
വന്നുകൊൾക ദാരികാ
ഒടുക്കും ഞാൻ മുടിക്കും ഞാൻ
നിൻകുലത്തെ ദാരിക (2)

കാളി : നായ കുരച്ചാൽ സിംഹം
നടുങ്ങുമോടാ, കുറുനരികൾ
കടുവയെ ജയിക്കുമോടാ
പേപിടിച്ചൊരു ദാരികാ

(പാട്ടുക്കൂട്ടം ഏറ്റുപാടുന്നു)

നായ കുരക്കലിൽ സിംഹം
നടുങ്ങുമോ
പേപിടിച്ചുള്ളൊരു
ദാരികാ ചെല്ലടാ
കുറുനരികൾ കടുവയെ
ജയിക്കുമോടാ
പേപിടിച്ചുള്ളൊരു
ദാരികാ ചൊല്ലടാ (2)

കാളി : നിന്റെ തല ഞാൻ വെട്ടി
ഭൂമിയോട് ചേർത്തുവെക്കും.
നിന്റെ കുടൽമാല ഞാൻ
ആഭരണമായി അണിയും..
എന്റെ വാളിനു മൂർച്ച
കൂട്ടാൻ കാലമായെടാ

(പാട്ടുകൂട്ടം ഏറ്റുപാടുന്നു)

എന്റെ പേര് ഭദ്രകാളി
എന്നാണെങ്കിൽ ദാരിക.
നിന്റെ തല കൊയ്തിടാതെ
പോകയില്ല ഞാൻ.

പടകൂട്ടി പോർക്കളത്തിൽ.
വന്നുകൊൾക ദാരികാ.
ഒടുക്കും ഞാൻ മുടിക്കും ഞാൻ
നിൻകുലത്തെ ദാരിക. (2)

ദാരികൻ അലറിക്കൊണ്ട് പ്രവേശിക്കുന്നു.

(പാട്ടുക്കൂട്ടം ദാരികനെ പുകഴ്ത്തിക്കൊണ്ട് പാടുന്നു)

നിന്റെ തകിലും മുരിശും
വെണ്ണിപ്പറയും വീരമദ്ദളം
അടിയടാ അടിപ്പിരെടാ...
ശക്തിയും പരാക്രമവും
ഉടയോനസുരൻ ദാരികൻ ഞാനേ

ദാരികൻ : നിനക്കു പരാക്രമമോ, മായയോ,
ഇന്ദ്രജാലമോ എന്തെങ്കിലും
വശമുണ്ടെങ്കിൽ എന്നോട്
പൊരുതിനോക്ക്...
സ്ത്രീകളെ കൊല്ലാൻ പാടില്ലെന്നുണ്ട്.
ആയതിനാൽ നിന്റെ മൂക്കും മുലയും
ഛേദിച്ചു വിട്ടേക്കാം!

കാളി : ശൂലത്തിൽ കുത്തിയെടുത്ത്
ചുടുരക്തത്തിൽ കുളിച്ചുനിൽക്കുന്ന
നിന്നെ എനിക്ക് കാണണം.
ജീവൻ ബാക്കിവെക്കില്ല ഞാൻ

ദാരികൻ : പെണ്ണിന്റെ പൊണ്ണത്തരം.
പൊള്ളയാം നിന്റെ വീമ്പു
നിർത്തൂ ഭദ്രകാളീ...

കാളി : പെണ്ണിന്റെ വീറ് നീ അറിയും
ഞാൻ അറിയിക്കും.
പെണ്ണിനെ വിരട്ടി കഷ്ടമേകിയതിന്
ശിക്ഷിച്ചിടും ഞാൻ.
അഹങ്കാരിയായ നിന്നെ ചന്തമാ
യൊരു പാഠം പഠിപ്പിക്കും ഞാൻ.

പാട്ടുകൂട്ടം : ഏറെ കുറുമ്പു പറയാതെടി കാളീ
ഏറെ നേരം വേണ്ട പോരിന്നു ഒടുക്കുവാൻ
നീ ചോരയായ് തീരുവാൻ
പോണടി കാളി, ചെറുമി
കുലത്തിൽ പിറന്ന പറച്ചി.

പാട്ടുക്കൂട്ടം : ചെറുമി കുലത്തിൽ പിറന്ന പറച്ചീ! (2)

(നാടകത്തിലില്ലാത്ത ഈ വരികൾ ദാരികൻ കെട്ടിയ രാമക്കുറുപ്പ് മനപൂർവ്വം കാളിക്കു നേരെ പ്രയോഗിക്കുന്നതിൽ പാട്ടുക്കൂട്ടം അദ്ഭുതം പ്രകടിപ്പിക്കുന്നു. ക്രുദ്ധയായ കാളി അലറുന്നു. വ്യക്തിപരമായ അധിക്ഷേപത്തിൽ അവർ വിറയ്ക്കുന്നു. യുദ്ധം ആരംഭിക്കുന്നു)

പടകൂട്ടി ഭദ്രകാളി
അട്ടഹസിച്ചടുത്തെത്തി.
രണ്ടാമതും ഭദ്രകാളി
അട്ടഹസിച്ചടുത്തെത്തി
അപ്പോളൊരുലക്ഷം
പടചത്തു ദാരികന്
മൂന്നാമതും നാലാമതും
അട്ടഹസിച്ചെത്തി കാളി
അപ്പോളൊരു മൂന്നുലക്ഷം
പടചത്തു ദാരികന്
നാലും അഞ്ചും ആറാമതും
പടകൂട്ടി ഭദ്രകാളി.
അപ്പോളതാ ആറുലക്ഷം
പടചത്തു ദാരികന്
പടകൂട്ടി ഭദ്രകാളി
അട്ടഹസിച്ചടുത്തെത്തി
അപ്പോളതാ പത്തുലക്ഷം
പടചത്തു ദാരികന്.

(യുദ്ധത്തിന്റെ ഒരു ഘട്ടത്തിൽ ദാരികൻ മായയാൽ അപ്രത്യക്ഷനാകുന്നു)

രംഗം – 3

(ദാരികൻ രംഗവേദിയിൽ നിന്ന് നിഷ്ക്രമിച്ചശേഷം)

ക്രോധാകുലയായ കാളി തളർന്നിരിക്കുന്നു. കൂളി വെള്ളവുമായി കടന്നു വരുന്നു.

കൂളി : തളർന്നിരിക്കാതമ്മേ... ഈ കോപത്തോടെ കൊന്നില്ലെങ്കിൽ എപ്പോഴാണ് കൊല്ലുക?

കാളി : അനേകായിരം വരമുണ്ട് അവന്റെ കയ്യിൽ

കൂളി	:	ആയുധങ്ങളൊന്നും വേണ്ടമ്മേ. അമ്മയുടെ നഖങ്ങൾ മാത്രം മതി അവനെ കൊല്ലാൻ. ആണും ആയുധവും ഒന്നും വേണ്ട!
കാളി	:	ആകാശത്തിലും ഭൂമിയിലും അവനെ കൊല്ലരുതാത്ത വരമുണ്ട്.
കൂളി	:	അമ്മയുടെ തുടയിൽ വെച്ച് മരിക്കാനാണ് ഭാഗ്യമെങ്കിൽ അങ്ങനെ സംഭവിക്കട്ടെ?
കാളി	:	രാവും പകലും കൊല്ലരുതാത്ത വരമുണ്ട്.
കൂളി	:	ഇത് ത്രിസന്ധ്യ! രാവും പകലുമെന്തിന്?
കാളി	:	അകത്തും പുറത്തും കൊല്ലരുതാത്ത വരമുണ്ട്.
കൂളി	:	ഇട ഉമ്മറത്തുവെച്ചു കൊല്ലമ്മേ...
കാളി	:	(ദുഃഖിതയായി ഇരിക്കുന്നു)
		പ്രതികാരം പരിഹാരമല്ല...
കൂളി	:	കാരുണ്യ പിശാചിനെ പുറത്തെറിയുക. സ്ത്രീകളെ അവൻ ദോഷപ്പെടുത്തിയത് അമ്മ കാണുന്നില്ലേ? നമ്മുടെ ആറു മാതൃക്കൾ, തല കുനിച്ച് പലായനം ചെയ്തത് എന്തിനായിരുന്നു? ദേവിയെത്തന്നെ എത്രമാത്രം പീഡിപ്പിച്ചു? വെറുതെ വിട്ടാൽ കുറച്ചു സമയത്തിനകം അവൻ പതിന്മടങ്ങു ശക്തിയോടെ തിരിച്ചുവരും തീർച്ച!
കാളി	:	ദാരികന് മായ വശമുണ്ട്. കണ്ടു കണ്ടിരിക്കെ അവൻ മറഞ്ഞുകളയും.
കൂളി	:	ദാരികപ്പുരയിലേക്ക് അമ്മയെ വഴികാട്ടിയവൾ കൂളി. എന്തിന്? ദാരികന്റെ നാല്പത്തിരുമാറു നീളമുള്ള കുടൽ വലിച്ചു മാലയിട്ടു തരാമെന്ന് അമ്മ പറഞ്ഞില്ലേ? തിന്മയ്ക്കെതിരെ നന്മ ജയിക്കുമെന്ന് പറഞ്ഞില്ലേ? പോകൂ. ദാരികന്റെ നിഴലുപോലും മരണത്തിന്റെ ഇരുട്ടിലേക്ക് നീങ്ങാൻ തുടങ്ങി.

(പതുക്കെ ക്ഷീണമകറ്റി വീണ്ടും യുദ്ധാവേശത്തിലേക്ക്)

കാളി	:	ദാരികനെ കൊല്ലാൻ ഒരു പെണ്ണുതന്നെ വേണം. ഇടയുമ്മറത്ത് അവളുടെ തുടയിൽ കിടന്ന് നഖങ്ങൾകൊണ്ടു അവന്റെ ജീവൻ അവൾ പറിച്ചെടുക്കും. (അലറുന്നു, അകത്തേക്ക്)

(കാളിയുടെ മുന്നേറ്റം)

പാട്ടുകൂട്ടം : തട്ടാൻ തട്ടെ പടക്കൂട്ടത്തിൽ
ചാടീട്ടമ്മയും വീഴുന്നല്ലോ
ഉള്ളവും പുറവുമമ്മ വെട്ടുന്നല്ലോ
നടത്തിയുമിരുത്തിയും വെട്ടുന്നല്ലോ
അകവാളാലമ്മ വീശുന്നല്ലോ
പുറവാളാലമ്മ നീക്കുന്നല്ലോ
മുലയ്ക്കും മീതമ്മ വെട്ടുന്നല്ലോ
മതിൽക്കും മീതമ്മ എടുത്തെറിയുന്നു
ദാരികനെ കൊന്നു മുടിക്കുന്നമ്മ!

(യുദ്ധം നോക്കി നിൽക്കുന്ന പാട്ടുസംഘവും കൂളിയും)

കൂളി : ദാരികന്റെ തലയറുത്തെറിഞ്ഞ്
കുടൽമാല വലിച്ചുമാലയിട്ട്
ചൊകരകൊണ്ട് കൊപ്പിളിച്ച്
എന്റെ അമ്മ ഇപ്പോൾ വരും!

രംഗം – 4

(കാളിയുടെ മുടി ഉഴിച്ചിൽ തറയിലേക്ക് ഉള്ള വരവിനെ കാത്തുകൊണ്ട് നിൽക്കുന്ന ഭക്തജനസംഘം. ചാനലുകാരും സ്ഥലത്തുണ്ട്)

പ്രസിഡന്റ് : പ്രശ്നത്തിൽ കണ്ടതുപോലെ ദൈവപ്രീതി
ക്കായി അനുഷ്ഠിച്ച കാളീനാടകം ദാരിക
വധത്തോടുകൂടി വിജയകരമായി അനുഷ്ഠിച്ചിരി
ക്കുകയാണ്.

ഉത്സാഹക്കമ്മിറ്റി
ഭക്തൻ : അപ്പോ സ്ത്രീകൾക്ക് പ്രത്യേകം ക്യൂ വേണോ
ചേട്ടാ....

മുതിർന്ന കമ്മിറ്റി
അംഗം : നീ അതൊന്നും ചെയ്യണ്ട... ഞങ്ങളൊക്കെ
ഇവിടെയുണ്ട്....

മുതിർന്ന കമ്മിറ്റി
(കേൾക്കാത്ത മട്ടിൽ): നീ പോയി കാളിയുടെ വരവായോ എന്നു
നോക്കിക്കേ!

(ഉത്സാഹക്കമ്മിറ്റിക്കാരൻ കാവിന്റെ നടയിലേക്ക്)

സജിത മഠത്തിൽ

ചാനൽ	:	ഭക്തജനങ്ങൾക്ക് അനുഗ്രഹം നൽകുന്നതിനായി കാളിയുടെ വരവ് നടക്കാൻ പോവുകയാണ്. ഭക്തജനങ്ങൾ ഭക്തിയുടെ മൂർധന്യത്തിലാറാടി നിൽക്കുന്ന ഈ പുണ്യനിമിഷത്തിൽ നന്മയ്ക്കായി പോരാടിയ കാളി ഭഗവതി നമുക്ക് അനുഗ്രഹം നൽകാനായി പ്രവേശിക്കുകയാണ്.
കോൺസ്റ്റബിൾ	:	(പ്രസിഡന്റിനോട്) രണ്ടു മണി വരെയേ ഉള്ളൂ പെർമിഷൻ. ഇപ്പോൾത്തന്നെ ഒരു മണി കഴിഞ്ഞു. വെറുതെ ഞങ്ങൾക്ക് പണി ആക്കരുത്. ഞാനൊരു കട്ടനടിച്ച് വരാം...
ഭക്തന്മാർ	:	(പരസ്പരം)
1	:	എന്താ കാളീടെ ഒരു ശക്തി! ദാരികൻ കെടന്ന് വെറക്കല്ലേ. എന്നാ അലർച്ചയാ... എന്നാ കലി തുള്ളിയുള്ള നില്പാ!
2	:	അങ്ങനെ കാവിന്റെ അകത്തേക്ക് പോവുന്ന പതിവില്ലല്ലോ? ഇതെന്താണാവോ പുതിയ വിദ്യ?

(പെട്ടെന്ന് അതിഭീകരമായ അലച്ചയുടെ ശബ്ദം!)

(പെട്ടെന്ന് വെളിച്ചം പോകുന്നു. ഇരുട്ട് കാവിനു ചുറ്റും. ഭക്തന്മാർ പരിഭ്രാന്തരായി ഓടിനടക്കുന്നു. വെളിച്ചം പാതി തിരിച്ചെത്തുമ്പോൾ)

ഭക്തൻ	–	അയ്യോ എന്റെ കാളീ... ദേവീ ചതിച്ചൂലോ... വെട്ടി... അതാ വെട്ടി തുണ്ടമാക്കി... എനിക്കിതൊന്നും കാണാൻ വയ്യേ... എന്റെ മാമനെ കാളി വെട്ടുന്നേ... (അലമുറയിട്ടു കരയുന്നു) (ഭക്തർ പിടിച്ചുമാറ്റുന്നു, വലിയ ബഹളം)

(പ്രസിഡന്റും സെക്രട്ടറിയും ഒന്നു രണ്ടു ഭക്തന്മാരും ഓടിവരുന്നു)

	:	മാറി നിക്കൂ... ഒന്നും സംഭവിച്ചിട്ടില്ല... വെറുതെ ആളുകളെ പേടിപ്പിക്കാതെ.. ഒന്നുമില്ല. നാടകത്തിന്റെ ഭാഗമല്ലേ...

(കുറച്ചുപേർ കാവിന്റെ അകത്തേക്ക് കയറാൻ ശ്രമിക്കുന്നു)

പ്രസിഡന്റ്	–	അരുത്, അകത്തേക്ക് കയറരുത്... (കൂടെ ഉള്ളവരോട്) ആരെങ്കിലും പോയി നീലകണ്ഠ ശാസ്ത്രികളോട് ഉടനെ വരാൻ പറയൂ... കാളി മഹാകാളി... ഞങ്ങളെ ഇങ്ങനെ പരീക്ഷിക്കരുതേ!

അരങ്ങിലെ മത്സ്യഗന്ധികൾ

സെക്രട്ടറി - ഇതിപ്പൊ പ്രശ്നം വെച്ച് തീരുമാനികേണ്ട കാര്യമാണോ..?

പ്രസിഡന്റ് - ദേവിയാണ് വെട്ടിയിട്ടുള്ളത്... ദേവിയുടെ വരവും പോക്കും നിശ്ചയിക്കാൻ ഏതു നിയമത്തിനാ സാധിക്കുക? അതൊന്നു പറയൂ...

(കോൺസ്റ്റബിൾ പുറത്തുനിന്ന് ഓടി വന്ന് കാവിനകത്ത് പ്രവേശിക്കാൻ ശ്രമിക്കുന്നു. പ്രസിഡന്റ് സമ്മതിക്കുന്നില്ല.)

കോൺസ്റ്റബിൾ - (ഫോണിൽ) സാർ പെട്ടെന്ന് സ്പോട്ടിലെത്തണം. ശരി സാർ, ഇല്ല സാർ... ഞാൻ ഒരു കട്ടനടിക്കാനായി ഒന്നു പുറത്തുനിക്കുകയായിരുന്നു സാർ... വിശാലാക്ഷം പൊലീസ് ഒന്നു മയങ്ങീട്ടുവരാന്നു പറഞ്ഞ് കെട്ടിയോൻ വന്നു വിളിച്ചപ്പൊ വീടുവരെ പോയി... ശരി സർ, ഇപ്പൊ തിരികെ വിളിപ്പിക്കാം സാർ...

ചാനൽ - (വീഡിയോ എടുക്കുന്നതിനിടയിൽ) അസാധാരണ നിലവിളിയാണ് നമ്മളിപ്പോൾ കേട്ടത്. കാവിനകത്ത് എന്താണ് സംഭവിച്ചതെന്ന് വ്യക്തമല്ല. ദാരികവധത്തിനുശേഷം പുറത്തിറങ്ങി ഭക്തന്മാരെ അനുഗ്രഹിക്കേണ്ട കാളി ഇതുവരെ പുറത്തു വന്നിട്ടില്ല. (ക്യാമറാമാനോട്) ക്യാമറ ഒന്നു സൂം ചെയ്തുനോക്ക്. (അയാൾ എന്തോ കുശുകുശുക്കുന്നു)

(ഇതിനിടയിൽ ആളുകളെ തള്ളി മാറ്റിക്കൊണ്ട് എസ്.ഐ. ഗോപാലൻ നടന്നു വരുന്നു. കമ്മിറ്റി അംഗങ്ങളെ സൈഡിലേക്ക് വിളിക്കുന്നു.)

കോൺസ്റ്റബിൾ : ഏതു കുടുംബക്കാരുടെ വകയാണ് ഈ വഴിപാട്... Details എടുക്ക്. കാളി കെട്ടിയ പെണ്ണിന്റെ പേരില് ഇതിനുമുമ്പ് വല്ല കേസും രജിസ്റ്റർ ചെയ്തിട്ടുണ്ടോ എന്നു നോക്ക്...

അനന്തരവൻ : സാറേ... എന്റെ അമ്മാവനെയാണ് വെട്ടിയിട്ടിരിക്കുന്നെ. ഒറ്റാം തടിയാ... ദുഷ്ടനായിരുന്നെങ്കിലും ഉള്ളുകൊണ്ട് പാവമായിരുന്നു സാറേ... ആരും എന്നെ അകത്തേക്ക് വിടുന്നില്ല... അയ്യോ തലയും മേലും രണ്ടായിട്ടല്ലെ വീണു കിടക്കുന്നേ...

(എസ്.ഐ. അനന്തരവനോട്) : താൻ ഓവറാക്കാതെ അങ്ങോട്ടു മാറിനിന്നേ...

ചാനൽ : ഒരു ഞെട്ടിപ്പിക്കുന്ന വാർത്തയുണ്ട്. ദാരികനായി വേഷം കെട്ടിയ രാമക്കുറുപ്പ് കൊല്ലപ്പെട്ടതായി വിവരം കിട്ടിയിരിക്കുന്നു. കാളിവേഷമിട്ട സ്ത്രീയാണ് പ്രതിയെന്ന് സംശയിക്കുന്നു.

(പ്രസിഡന്റ് ചാനലുകാരോട് കയർക്കുന്നു)

: കാളിദേവിയെക്കുറിച്ച് അനാവശ്യം പറയരുത്. 'പ്രതിയും' 'കൊലയും'... ഇവിടെ നടന്നത് ദാരിക വധമാ... കലി ബാധിച്ച കാളിയെക്കുറിച്ച് അനാവശ്യം പറഞ്ഞാൽ നീ അറിയും...

സെക്രട്ടറി : (അയാളെ ശാന്തനാക്കാൻ ശ്രമിച്ചുകൊണ്ട്) നമുക്ക് അവരെ തടയാനൊന്നും പറ്റില്ല സാറേ... സംഗതി ക്രിമിനലാ...

(ചാനലുകാരുടെ നേരെ ആക്രോശിക്കുന്നവരെ ശാന്തമാക്കി, സ്വയം ചാനലിന്റെ അടുത്തേക്കുചെന്ന് കയർക്കുന്നു, എന്നിട്ട് രഹസ്യമായി അവരോട് 'സൂം' ചെയ്ത് എടുത്തോളാൻ പറയുന്നു.)

എസ്.ഐ. (ഫോണിൽ) – യെസ് സർ... അതേ സാർ... ഞാൻ സ്പോട്ടിലുണ്ട്... ഞങ്ങൾ ഡ്യൂട്ടിയിൽ ഉണ്ടായിരുന്നു സാർ.. കാളിവേഷത്തിന് ഉപയോഗിക്കുന്ന വാളു തന്നെയാ സാർ... Weapon recover ചെയ്തിട്ടില്ല. കലി ബാധിച്ച കാളീദേവി കാവിനകത്ത് ബോഡിക്കടുത്തുതന്നെ ഉണ്ട് സാർ... ഇല്ല ഞങ്ങൾ പുറത്താണ്... ശരി സർ...

പ്രസിഡന്റ് : കാവിനകത്തു കയറാനോ, ദേവിയെ ആമം വെക്കാനോ എന്റെ കൊക്കിനു ജീവനുള്ളപ്പോൾ ഞാൻ സമ്മതിക്കില്ല. താവഴിയായി കിട്ടിയ ദേവിയാ...

എന്തെങ്കിലും കാണാതെ കാളീദേവി ഇത്തരമൊരു പ്രവർത്തി ചെയ്യില്ല... വലിയൊരു നാശത്തെയാണ് ദേവി ഇല്ലാതാക്കിയിരിക്കുന്നത്. കാളീ മഹാകാളി (കുഴഞ്ഞ് ഇരിക്കുന്നു)

എസ്.ഐ. : (ഭക്തന്മാരെ ഒക്കെ നോക്കിയിട്ട്) നിങ്ങളൊക്കെ ഇവിടെ ഉണ്ടായിട്ട് ഒന്നു പിടിച്ചുവെക്കായിരുന്നില്ലേ?

(പൊലീസിന്റെ മുമ്പിൽ തെളിവ് നിരത്തുന്ന ഭക്തർ)

ഭക്തൻ : എന്റെ അടുത്തൂടെ ആണ് ഓടിപ്പോയത്. എന്തായിരുന്നു ഒരു ശക്തി. "എന്റെ പേർ ഭദ്രകാളി എന്നാണെങ്കിൽ തല കൊയ്തിടാതെ ഞാൻ പോകയില്ല" എന്നു പറഞ്ഞുംകൊണ്ട് ഒരു അലർച്ചയോടുകൂടിയാ കാവിന്റെ അകത്തേക്ക്....

ഭക്തൻ : എന്റെ സാറേ ഞാനിവിടെ ഉണ്ടായിരുന്നില്ല... പാതാളത്തിൽ ഒളിച്ചിരിക്കാതെ വായോടായെന്ന പയത്തില് നടക്കുമ്പോഴാണ് ഒന്ന് മുള്ളാൻ തോന്നിയത്. ഞാൻ അപ്പുറത്തേക്കൊന്ന് പോയി വന്നപ്പോഴേക്കും വധം കഴിഞ്ഞിരുന്നു സാറേ... ഒന്നും കാണാൻ പറ്റിയില്ല....

ഭക്തൻ : കലിതുള്ളിയ കാളിയെ പിടിച്ചാലൊന്നും കിട്ടില്ലാ സാറേ... കാവിന്റെ അകത്തു പോയി ദാരികൻ ഒളിക്കുന്ന പതിവില്ലല്ലോ. എനിക്ക് ഒന്നും മനസ്സിലാവുന്നില്ല... ആകെ അബദ്ധമായി എന്നു പറഞ്ഞാൽ മതിയല്ലോ....

എസ്.ഐ. : നിങ്ങളൊക്കെ കുടുങ്ങും. സാക്ഷി പറയേണ്ടി വരും... 50 വർഷത്തിനുശേഷം കാളിനാടകം.. എന്തായിരുന്നു ഒരു പുകില്!

സെക്രട്ടറി : മിമിക്സ് പരേഡും റിമി ടോമീടെ ഗാനമേളയും നടത്തിയാ പോരായിരുന്നോ? പറഞ്ഞ കാശു കൊടുത്താൽ അവര് വന്ന് വെടിപ്പായി ചെയ്തു പോവും...

പ്രസിഡന്റ് : കാളി – മഹാകാളീ എന്നെ പരീക്ഷിക്കരുത്... (ഒരു ഭക്തനോട്) നീലകണ്ഠശാസ്ത്രികളെ വിവരം അറിയിച്ചോ. വരട്ടെ ശാസ്ത്രികൾ വരട്ടേ. ശ്വാസം നൽകി ജീവൻ നൽകിയ കാളി ഇങ്ങനെ കൈവിട്ടുപോയതെന്തെന്ന് നേരിട്ടുവന്ന് ചോദിക്കട്ടെ. അതുവരെ ഒന്നെല്ലാവരും ക്ഷമിക്കണം...

നിരീശ്വരവാദി : അതെങ്ങനെയാ. കൊന്നവൾ കാളിയാ. ലക്ഷം വീട് കോളനീലെ ചാത്തന്റെ മോള് കാളി. വിളിച്ചിറക്കി നല്ല പൂശാ കൊടുത്താ മണി മണി പോലെ വിവരം പുറത്തുവരും... ഇതെന്താ ചില്ലറ കളിയാ...

ഭക്തർ ഒന്നിച്ച് : നിരീശ്വരവാദികൾ ഇതിൽ ഇടപെടണ്ട... രാഷ്ട്രീയമൊക്കെ ഇവിടെ പൊറത്തുവെച്ചാൽ മതി. ഇത്

കാളിദേവീടെ കാര്യാ. അത് തീരുമാനിക്കാൻ ഞങ്ങളൊക്കെ ഇവിടെ ഉണ്ട്...

ചാനൽ : അതെ... കേൾക്കുന്നുണ്ട്... തീർച്ചയായും അന്തരീക്ഷം പുറത്തേക്ക് ശാന്തമാണ് സുസ്മേഷ്. രാമക്കുറുപ്പിന്റെ ബോഡി കാവിനകത്തു തന്നെ യാണുള്ളത്. കൊലപാതകം നടത്തി എന്നു സംശയിക്കുന്ന കാളിദേവിയും... അയ്യോ സോറി കാളിയും അടുത്തു തന്നെയുണ്ട്. ഒരു സ്ത്രീക്ക് തനിയെ ഇതു സാധ്യമാണോ എന്ന സംശയ മാണ് പൊതുവിൽ ഉയരുന്നത്. അതേ സമയം കാളിയുടെ കലി ബാധിച്ചാൽ ഇത് സാധ്യമാണെ ന്നാണ് ഭക്തർ പറയുന്നത് കേൾക്കാം. ഇല്ല കാവിനകത്തേക്ക് കയറുവാൻ ആർക്കും അനു വാദമില്ല. നീലകണ്ഠ ശാസ്ത്രികളെ വിളിക്കാ നായി ആളു പോയിട്ടുണ്ട്. ഉണ്ട് ഉണ്ട്... എസ്.ഐ. ഗോപാലന്റെ നേതൃത്വത്തിലുള്ള ഒരു സംഘം സ്ഥലത്തുണ്ടായിരുന്നു. പൊലീസിന്റെ ഭാഗത്തുനിന്ന് വേണ്ടത്ര സുരക്ഷാ നടപടികൾ ഉണ്ടായിരുന്നില്ല എന്ന് ആരോപണമുണ്ട്. ഡ്യൂട്ടി യിലുണ്ടായിരുന്ന പൊലീസുകാർ സംഭവം നട ന്നശേഷം എവിടെനിന്നോ ഓടി എത്തുകയായി രുന്നു എന്നും ആരോപണമുണ്ട്. ഇപ്പോഴും ഭക്തർ ഞെട്ടലിൽനിന്ന് മുക്തരായിട്ടില്ല.

ആളുകൾ കാവിന്റെ അടുത്തേക്ക് പോവുകയും കൈകൂപ്പി പ്രാർത്ഥിക്കുകയും ചെയ്യുന്നു. ഗോപാലൻ ഫോണിലാണ്. കമ്മിറ്റി പ്രസിഡന്റ് കുഴഞ്ഞിരിക്കുന്നു. മറ്റുള്ളവർ ചുറ്റുമുണ്ട്. അനന്തരവൻ കരഞ്ഞുകൊണ്ടിരിക്കുന്നു. ഒരു സ്ത്രീ അവന്റെ കൂടെ നിൽക്കുന്നു. ഭക്തന്മാർ ചാനലിന് ഇന്റർവ്യൂ കൊടുക്കുന്ന തിരക്കിലാണ്.

അനന്തരവൻ : രണ്ടാഴ്ചയായിട്ട് ദാരികവേഷം കെട്ടാനുള്ള തയ്യാ റെടുപ്പിലായിരുന്നു. മദ്യപാനവും അടിയും പിടിയും ഒന്നും കൊറച്ച് ദിവസമായിട്ട് ഉണ്ടായി രുന്നില്ല. എല്ലാം ചിട്ടയിലായിരുന്നു. വീട്ടില് ഒറ്റയ്ക്കാ താമസം. ഞങ്ങടെ കുടുംബം നാലു വീടപ്പുറത്താ. നല്ല ആരോഗ്യമുള്ള ശരീരമായി രുന്നു. ഇങ്ങനെ ഒരു അന്ത്യം ഞങ്ങളാരും പ്രതീക്ഷിച്ചതല്ല സാറേ! പുറത്തേക്ക് ദുഷ്ട പ്രകൃതി ആയിരുന്നു. ദാരികന്റെ വേഷം കെട്ടുന്ന

		ആളല്ലേ. എനിക്ക് ഒരു രൂപയുടെ ഗുണം ഉണ്ടായില്ലെങ്കിലും ഈ കിടക്കുന്ന കിടത്തം കാണാൻ വയ്യേ! പൊലീസ് ഒന്നും ചെയ്യുന്നില്ല സാറേ. കാളി ദേവി ആണെങ്കിലും സാറേ പ്രതി പ്രതി തന്നെ അല്ലേ?
നിരീശ്വരവാദി	:	ഞാൻ അമ്പലക്കമ്മിറ്റിയിലുണ്ടെങ്കിലും കേരളത്തിലെ നിരീശ്വരവാദി സംഘത്തിന്റെ സജീവ പ്രവർത്തകൻ കൂടിയാണ്. കഴിഞ്ഞ കമ്മിറ്റിയുടെ മിനിട്സ് എടുത്തുനോക്കിയാൽ അറിയാം ഞാൻ എന്റെ അഭിപ്രായ വ്യത്യാസം രേഖപ്പെടുത്തിയത്. ഇത്തരം അനാചാരങ്ങൾ...
ഭക്തർ	:	ഇതെന്തു ചോദ്യമാ സാറേ...? കൊച്ചു കുട്ടികൾക്കുപോലും അറിയുന്ന കാര്യമല്ലേ... കാളി ദാരികനെ കൊല്ലും എന്നത്? ഞാനേ... എത്ര ചെറുപ്പം മുതൽ കാളിനാടകം കാണുന്നുണ്ട്. എത്ര ദാരികന്മാരെ, കാളി കൊന്നിരിക്കുന്നു! ഞാനെത്ര തവണ ഈ കണ്ണുകൊണ്ടത് കണ്ടിരിക്കുന്നു.
എസ്.ഐ.	:	RDO എത്താറായി. പ്രതിയെ ചോദ്യം ചെയ്യാൻ കസ്റ്റഡിയിലെടുക്കണം. അവരെ ഇവിടെ

		കൊണ്ടുവന്നിരുത്താൻ തന്നോട് എത്ര നേരമായി പറയുന്നു.
കോൺസ്റ്റബിൾ	:	സാറേ വിളിച്ചു. നാട്ടുകാരൊക്കെ വിളിച്ചു. എറ ങ്ങണ്ടേ? കലി തുള്ളി ഇരിക്കയല്ലേ? കാവിന്റെ അകത്തു കയറിയാൽ വിഷയം വേറെ ആവും. അരി വാങ്ങണ്ടേ സാറേ?
എസ്.ഐ.	:	ഒരു പെണ്ണ് കൂടെ ഉണ്ടായിരുന്നു എന്നല്ലേ പറ ഞ്ഞത്? അവളുടെ കൂടെ പാട്ടുപാടുന്ന ഒരു സംഘവുമുണ്ടെന്നല്ലേ പറഞ്ഞത്. വിളിക്ക് എല്ലാറ്റിനേയും...
കോൺസ്റ്റബിൾ	:	സാർ, ആ പാട്ടുസംഘം സ്കൂട്ട് ആയി കേട്ടോ. പിടിക്കാം ഞാൻ പിടിച്ചോളാം... ആ പെണ്ണവിടെ ഇരുപ്പുണ്ട്. മട്ടും ഭാവവും കണ്ടാൽ ഒരു കള്ളല ക്ഷണം ഉണ്ട്. അവളാണ് സാറേ കൂട്ടുപ്രതി!
എസ്.ഐ.	:	എന്നാ ഈ തൊപ്പി താനെടുത്ത് ഇവിടെ ഇരുന്ന് ചോദ്യം ചെയ്യ്... വിളിക്കടാ അവളെ
കോൺസ്റ്റബിൾ	:	ശരി സാർ

(കൂളിയെ പിടിച്ച് വരുന്നു)

	:	അങ്ങട് മാറി നിക്കടി – മോളെ..
എസ്.ഐ.	:	നീ ആരെടി അവൾടെ?
കൂളി	:	അടുത്ത വീട്ടിലെയാ. എന്റെ അമ്മയെപ്പോലെ തന്നെയാ...
എസ്.ഐ.	:	നീ സ്ഥിരായിട്ട് നാടകത്തിന് പോവാറുണ്ടോ?
കൂളി	:	ഇല്ല
എസ്.ഐ.	:	അവളോ
കൂളി	:	ഞങ്ങൾ രണ്ടാളും ആദ്യായിട്ടാ
എസ്.ഐ.	:	നീയും കൂടി അറിഞ്ഞിട്ടാണോ?
കൂളി	:	മിണ്ടുന്നില്ല.
എസ്.ഐ.	:	പോയി ചെന്നു വിളിക്ക്... നിന്റെ അമ്മേയോട് ഇറങ്ങി വരാൻ പറ? (ദേഷ്യത്തോടെ) കാളി... മഹാകാളി!

രംഗം – 5

അന്തരീക്ഷം മാറുന്നു. കൂളി കാവിന്റെ മുമ്പിലേക്ക് പോയി കാളി സ്തുതി പാടുന്നു. കാളി പതുക്കെ പുറത്തുവരുന്നു. രണ്ടു സൈഡിലും പൊലീസ്, തിരശ്ശീല, ചാനല്‍ ക്യാമറയില്‍ നിന്നുള്ള വെളിച്ചം, ക്യാമറകള്‍ ഭക്തന്മാര്‍ പുറകെ... സമയമെടുത്തുള്ള യാത്രയാണ്...

കാളിയെ മുടി ഉഴിച്ചിലിനെന്നവണ്ണം ഇരുത്തുന്നു. ഒരു ഭക്ത കാറ്റുപോലെ കടന്നുവരുന്നു.

ഭക്ത : അമ്മേ... വിത്തുവിതക്കാതമ്മേ... കുട്ടികളെ പകര്‍ച്ചവ്യാധിയില്‍ നിന്നു കരകയറ്റണേ അമ്മേ... കാളിനാടകം നേര്‍ച്ചയായി നേരാമമ്മേ... ഞങ്ങളെ ഇനിയും പരീക്ഷിക്കാതമ്മേ... ചെയ്ത എല്ലാ തിന്മയ്ക്കും മാപ്പ്... അമ്മേ... മഹാകാളീ അപസ്മാരം ബാധിച്ചെന്റെ കുഞ്ഞ് സങ്കട നിവൃത്തി വരുത്തണേ അമ്മേ മഹാകാളീ... ലോകത്തിന് മുഴുവന്‍ അമ്മേ....

ഇതിനിടയില്‍ പൊലീസ് Weapon recover ചെയ്യാനായി അടുത്തുചെല്ലുന്നു. കാളി തുറിച്ചു നോക്കുമ്പോള്‍ പൊലീസ് കോണ്‍സ്റ്റബിള്‍ മാറി നില്‍ക്കുന്നു. ചാനല്‍ ക്യാമറ സ്റ്റാന്റില്‍ ഫിക്സ് ചെയ്യുന്നു. കാളിക്കുനേരെ തിരിച്ചുവെക്കുന്നു.

പ്രസിഡന്റ് : പറ്റില്ല. അത് പറ്റില്ല. ദേവിയെ ചോദ്യം ചെയ്യുന്നത് ചാനലില്‍ വരാന്‍ ഞാന്‍ സമ്മതിക്കില്ല.

ഭക്തന്‍ : അതുശരി, അപ്പോ അത്രയ്ക്കായോ? എന്താ നിന്റെ പേര്? ഈ ക്യാമറ ഇനി താന്‍ സ്റ്റാന്റില്‍ വെക്കില്ല. അടിച്ചുപൊട്ടിച്ച്... ഓടിക്കോ...

സെക്രട്ടറി : അയ്യോ, അയാളെ ഞാന്‍ ഡീല്‍ ചെയ്തോളാം (ചാനലുകാരോട്) സാറേ തത്ക്കാലം ഒന്ന് അപ്പുറത്തേക്ക് നിന്ന് എടുത്തോ

പ്രസിഡന്റ് : ഒരു ഭയഭക്തി ഇല്ലാത്ത വര്‍ഗ്ഗം. ദേവിയെ മോശമാക്കാന്‍ ഇവരൊക്കെ വിചാരിച്ചാല്‍ നടക്കുമോ?

പൊലീസ് എസ്.ഐ.: അതെ... ഒന്നു ചോദ്യം ചെയ്യേണ്ടി വരുമല്ലോ...

പ്രസിഡന്റ് : ദേവിയെ ചോദ്യം ചെയ്യാന്‍ നീ ആയോ ഗോപാലാ... നിന്റെ അച്ഛനൊന്നും... എന്നെക്കൊണ്ട് പറയിപ്പിക്കണ്ട!

എസ്.ഐ. : (മുഖം മാറുന്നു) അല്ല... ചില സംശയനിവൃത്തി വരുത്താതെ നിവൃത്തിയില്ലല്ലോ. അതാ!

പ്രസിഡന്റ് : വിത്തെറിയും അമ്മ... പിന്നെ കരഞ്ഞിട്ട് കാര്യമില്ല. ഞങ്ങളൊന്നും ഇവിടുന്നു മാറില്ല. ഞങ്ങളുടെ മുന്നിൽവെച്ച് ചോദിക്കാവുന്നത് ചോദിച്ച് എഴുതുക. അപ്പോഴേക്കും ശാസ്ത്രി എത്തും. പ്രശ്ന നിവാരണം പറയും...

പൊലീസ് എസ്.ഐ.: (കോൺസ്റ്റബിളിനോട്) കൂടെ ഉള്ള പെണ്ണിനെ ഇവിടെ നിന്ന് മാറ്റണം. ആ ചാനലുകാരോട് തൽക്കാലം ഒന്നു മാറി നിൽക്കാൻ പറയുക. വെറുതെ പ്രശ്നമുണ്ടാക്കാതെ.

സെക്രട്ടറി : (മൈക്കിൽ) പ്രിയമുള്ളവരെ, ആരും പിരിഞ്ഞു പോകരുത്... മുടിയുഴിച്ചിലിനായി ദേവി എത്തിക്കഴിഞ്ഞു. ആദ്യം ദേവിയുടെ അനുഗ്രഹം വാങ്ങിക്കാനെത്തിയിരിക്കുന്നത് സ്ഥലം എസ്.ഐ. ആണ്. തൽക്കാലം കൂപ്പൺ എടുത്തവർ നിശ്ശബ്ദമായിരിക്കുക.

എസ്.ഐ. : (കോൺസ്റ്റബിളിനോട്) അവന്മാരോടൊക്കെ മറ്റേ സൈഡിൽ പോയിരിക്കാൻ പറ...

കാളിയുടെ ചുറ്റും നടക്കുന്നു ആലോചനാപൂർവ്വം, ശ്രദ്ധയോടെ ആണ് ചോദ്യങ്ങൾ. ബഹളമൊന്നുമില്ല എങ്കിലും ചോദ്യങ്ങൾ ശരങ്ങൾപോലെ മൂർച്ചയുള്ളതാണ്.

എസ്.ഐ. : രാമക്കുറുപ്പിനെ എങ്ങനെയാണ് പരിചയം?

കാളി : (മിണ്ടുന്നില്ല. വിറയ്ക്കുന്നു. ഭക്തർ വീശുന്നു)

പ്രസിഡന്റ് : കലി ബാധിച്ച ദേവിയാ... ഓർത്താൽ എല്ലാവർക്കും കൊള്ളാം. (അദ്ദേഹത്തിനെ ആശ്വസിപ്പിക്കുന്നവർ)

എസ്.ഐ. : നിങ്ങളെല്ലാവരും ഒന്നു മാറിനിൽക്കൂ. ആവശ്യമുള്ളപ്പോൾ വിളിക്കാം. (കാളിയോടായി) ദാരികനെ അറിയില്ലേ എന്നാണ് ചോദിച്ചത്...

കാളി : ഭാനുമതിയുടെ പുത്രൻ ദാരികൻ
അസുരലോകം മുഴുവൻ ഭരിച്ചവൻ
പന്തീരാമായിരം ആനകളുടെ ബലമുള്ളവൻ
അറിയാം കാളിക്കറിയാം...
അറിയാം....

പൊലീസ് കോൺസ്റ്റബിൾ	:	ദാരികവേഷം കെട്ടിയ രാമക്കുറുപ്പിനെ അമ്മയ്ക്ക് എങ്ങനെ അറിയാം എന്നാണ് സാറ് ചോദിക്കുന്നത്...
കാളി	:	(കാളി വെറുതെ തുറിച്ചു നോക്കിയിരിക്കുന്നു)
എസ്.ഐ.	:	അപ്പോൾ ദാരികനെ അറിയാം. ദാരികവേഷം കെട്ടിയ, നിങ്ങൾ കൊന്ന രാമക്കുറുപ്പിനെ അറിയില്ല. അപ്പോൾ നീലിയെ അറിയുമോ?
കാളി	:	(ഒന്നു പൊലീസിന്റെ നേരെ നോക്കുന്നു)
പ്രസിഡന്റ്	:	ദേവിയോട് ചോദിക്കേണ്ട ചോദ്യങ്ങളാണോ ഇത്? ശാസ്ത്രികളെന്താ വരാൻ വൈകുന്നത്?
എസ്.ഐ.	:	വലിയന്നൂർ ചെറുവേ പടിയിൽ റെയിൽവേ ട്രാക്കിനു സമീപത്തെ പുറംപോക്കിൽ താമസിക്കുന്ന വല്ലിയുടെയും കണാരന്റെയും മൂത്ത മകൾ നീലി ബലാത്സംഗം ചെയ്ത് കൊല്ലപ്പെട്ട കേസിൽ ഇപ്പോൾ വധിക്കപ്പെട്ട രാമൻകുറുപ്പിന്റെ പേര് പറഞ്ഞുകേൾക്കുകയും പിന്നീട് അദ്ദേഹം നിരപരാധിയാണെന്ന് തെളിയിക്കുകയും ചെയ്തു. ഈ കൊലചെയ്യപ്പെട്ട പെൺകുട്ടിയെ നിങ്ങൾക്കും പരിചയമുണ്ടോ എന്നാണ് ചോദിച്ചത്.
കാളി	:	നീലി നെറികെട്ടവളെന്നു വിധിച്ചവൾ തലവെട്ടി വിധി നടപ്പിലാക്കിയില്ലേ!
എസ്.ഐ.	:	അവളെ അറിയുമോ എന്നാണ് ചോദിച്ചത്. അവളുടെ മരണത്തെത്തുടർന്നുണ്ടായ സമരത്തിൽ നിങ്ങൾക്കു പങ്കുണ്ടായിരുന്നില്ലേ? ആ നീലിയുമായി നിങ്ങൾക്കെന്താ ബന്ധം?
കാളി (പാട്ടുരൂപത്തിൽ)	–	തമ്പ്രാന്റെ ആശയ്ക്കവൾ നിന്നില്ല വെട്ടി രണ്ടാക്കാൻ ആജ്ഞ പോയി ചൂലുമായി നിന്നവൾ അലറി ആരും കേട്ടില്ല. ചെവി പൊട്ടന്മാർ ചുറ്റും.... നെറികെട്ടവളെന്നു വിധിച്ചു പിന്നെ ബലിക്കല്ലിൽ തലചേർത്തു വച്ചു...

വാളുയർന്നു പൊന്തി
അതിനിടയിൽ അവൾ കണ്ണുയർത്തി ഒന്നു തമ്പ്രാനെ നോക്കി...
ഭസ്മമാക്കുന്ന നോട്ടം...
നോട്ടം പിൻവലിക്കുന്നതിനുമുമ്പ്
എല്ലാം കഴിഞ്ഞു
പ്രകൃതിയാകെ മാറി
നീലിയുടെ ശരീരം മേലോട്ടുയർന്നു
പിന്നെ അമ്മമാർ പെറ്റത് ചാപിള്ളകൾ മാത്രം
നീലിയുടെ കലി അടക്കാൻ തറകെട്ടി
നീലി ഭഗവതിയായി
ഇന്നവൾ നാടുകാക്കുന്നവളായി

എസ്.ഐ. : പുതിയ കഥയുമായി വരുന്നോ. കള്ളം പറയരുത്. നിങ്ങൾ ആ സമരത്തിന്റെ മുന്നിൽത്തന്നെ ഉണ്ടായിരുന്നില്ലേ?

കാളി : (ഒന്നും മിണ്ടുന്നില്ല)

(ഇതിനിടയിൽ ശാസ്ത്രികളുമായി ഒരു സംഘം. ശാസ്ത്രികൾ പതിവ് ശാസ്ത്രി രൂപത്തിലല്ല. എല്ലാവരും കൂടി തറയുടെ ഒരറ്റത്തേക്ക് അയാളെ ആനയിക്കുന്നു. അദ്ദേഹം അവിടെ ചെന്ന് കവടി നിരത്തുന്നു. പൊലീസ് കാളിയെ ചോദ്യം ചെയ്യുന്നതും തുടരുന്നു)

ശാസ്ത്രികൾ : നിമിത്തങ്ങൾ കാണിക്കുകയാണ്. എന്താണ് പ്രതിവിധി എന്നെനിക്കറിയാം. മാറിയും മറിഞ്ഞും വന്നു, കലങ്ങി തെളിഞ്ഞ് ശാന്തമാകും. ഇതല്പം കലി കൂടിപ്പോയെന്നു മാത്രം എല്ലാം ചോദിച്ചറിയാം...

എസ്.ഐ. : ചോദിക്കുന്നതിന് ഇനിയെങ്കിലും കൃത്യമായി മറുപടി പറയണം.

ശാസ്ത്രികൾ : മീനം 2-ന് ഇന്നലെ പുലർച്ചെ മുതൽ കാര്യങ്ങൾ കീഴ്മേൽ മറിഞ്ഞതായി കാണാൻ പറ്റുന്നുണ്ട്. ഭൂതഗണങ്ങളും കൂട്ടിനുണ്ട്.

പൊലീസ് : ഇന്നലെ പുലർച്ചെയ്ക്ക് രാമക്കുറുപ്പിന്റെ വീട്ടിൽ പോയിരുന്നോ? എന്തിനായിരുന്നു? കൂടെ ഉണ്ടായിരുന്ന ആ പെണ്ണ് കൂളിയായിരുന്നോ?

കാളി : (നിശ്ശബ്ദത)

(കോൺസ്റ്റബിൾ അമ്മയോടുള്ള ഭക്തി മറച്ചുവെക്കുന്നില്ല)

കോൺസ്റ്റബിൾ : ഞാൻ ചോദിക്കാം സാറേ... (കാളിയോട്) അമ്മ എന്തിനാണ് ദാരികന്റെ വീട്ടിൽ പോയത്?

അരങ്ങിലെ മത്സ്യഗന്ധികൾ

കാളി	:	ദാരികന്റെ ഭാര്യ മനോദരിയെ കാണാൻ.
കോൺസ്റ്റബിൾ	:	(സ്വയം) അയാളുടെ ഭാര്യയുടെ പേര് രമ എന്നാണല്ലോ?
എസ്.ഐ.	:	(കാളിയോട്) എന്നിട്ട് നിങ്ങൾ അവരുടെ വീട്ടിൽ നിന്നും വിലപ്പെട്ട പല രേഖകളും കൈക്കലാക്കി.
ശാസ്ത്രികൾ	:	ദുർഗ്ഗാദേവിയുടെ സാന്നിദ്ധ്യം ആണ് ശക്തി നൽകിയത്. എളുപ്പമല്ല... ശക്തി കൂടി ഇരിക്കുന്ന സമയമാണ്...
കാളി	:	മനോദരിയിൽനിന്നു... മായാവതിയും താമസിയും ഞങ്ങൾ കൂടെകൂട്ടി...
കോൺസ്റ്റബിൾ	:	മായാവതിയും താമസിയും അവരും ഈ കൃത്യത്തിൽ പങ്കാളികളാണോ?
ശാസ്ത്രികൾ	:	ദുർഗ്ഗാദേവിയുടെ സാന്നിദ്ധ്യം നിഷ്ക്രിയമല്ല. സജീവമാണ് ഭൂതഗണങ്ങളും. ദാരികനെ വീഴ്ത്താതെ വഴിയില്ല. മായാവതി, താമസി എന്നീ വരങ്ങൾ കാളിയുടെ കൈയിലെത്തിയത് അദ്ഭുതം തന്നെ... ഇതുപോലൊരു കാഴ്ച എന്റെ ജീവിതത്തിലാദ്യമായാണ് കാണുന്നത്.
കാളി	:	അതെ, ശക്തിയാർജ്ജിച്ചു.... പൂർവ്വാധികം തിന്മയെ കൊയ്തെറിഞ്ഞു...

ശാസ്ത്രികൾ	:	വലിയ ദുരിതത്തിൽ നിന്നാണ് നമ്മൾ രക്ഷപ്പെട്ടത്. ശക്തിയാർജ്ജിച്ചവളാണ്. ഇരുത്തിയേ പറ്റൂ. ഏറെ പണിയുണ്ട്...
പ്രസിഡന്റ്	:	കലി അടക്കണം. ഞങ്ങളെ രക്ഷിക്കണം. ലോകത്തെ കാക്കണം. എന്തു പ്രതിവിധി വേണമെങ്കിലും ചെയ്യാം.
എസ്.ഐ.	:	അപ്പോൾ കൊല ചെയ്തത് ദാരികനെയാണ്. രാമക്കുറുപ്പിനെ അല്ല. (ശബ്ദം കുറച്ച്) തട്ടിപ്പ് എന്റെ അടുത്തു വേണ്ട. ഈ വധത്തിന്റെ മുമ്പിൽ മുൻ വൈരാഗ്യമാണ്.
കാളി	:	(അലറുന്നു, ഉറയുന്നു)

അതെ... അതെ...
ആറു മാതൃക്കളെ പീഡിപ്പിച്ച് പലായനം ചെയ്യിപ്പിച്ച്
പെണ്ണായ വർഗ്ഗത്തെ മുഴുവൻ ദോഷപ്പെടുത്തിയതിന്
തമസ്സിൽ കിടക്കുന്നവനെ വെളിച്ചത്തിലേക്ക്...
വെട്ടി... വീണ്ടും വെട്ടി
ദാരികന്റെ മാറിലെ ചുടുരക്തം
എന്റെ കൈകളിലേക്ക്....
കുടൽ മാലയണിച്ചു ഭൂതഗണങ്ങൾക്ക്...
ജയിച്ചേ പറ്റൂ...
ജയിക്കുന്തോറും തോൽക്കുമെങ്കിലും!

(കാളി അലറുന്നു. സ്റ്റൂളിനു പുറത്തു കയറി നിന്നു വിയർക്കുന്നു. പൊലീസ് ആമം വെക്കാൻ ശ്രമിക്കുന്നു. ഇതിനിടയിൽ വെറുതെ വിടാൻ മുകളിൽ നിന്ന് ഫോൺ വഴി വിവരം ലഭിക്കുന്നു)

എസ്.ഐ.	:	(ദേഷ്യത്തോടെ സ്ഥലം വിടുന്നു)
കോൺസ്റ്റബിൾ	:	(നമസ്കരിച്ച്, അരികിലേക്ക് മാറി നിൽക്കുന്നു)
ശാസ്ത്രികൾ	:	അടയാളം കാണിക്കുന്നത് ഇവിടെത്തന്നെ. കീഴ്കാവ് പണിത് ഇവിടെ സ്ഥാനം ഉറപ്പിക്കണമെന്നാണ് കാണിക്കുന്നത്. മുഹൂർത്തം തിങ്കളാഴ്ച പുലർച്ചെ മൂന്നിനും നാലിനുമിടയിൽ. കാളി മഹാകാളി. അതുവരെ ഒറ്റയ്ക്കിരുത്തണം. തിരശ്ശീലകൊണ്ട് മൂടിയേക്കൂ. കലി കുറഞ്ഞ ശേഷമേ ഇരുത്താനാവൂ...

(ഭക്തർ വെളുത്ത തിരശ്ശീല വെക്കുന്നു. കാളി പുറകിലുണ്ട്)

രംഗം – 6

കാളി ഒറ്റയ്ക്കാണ്. ചുറ്റും തിരശ്ശീല. എഴുന്നേറ്റു നിൽക്കുമ്പോൾ തല മാത്രം കാണാം. വെളിച്ചം കളമെഴുത്തിലും കാളിയിലും മാത്രം.

കാളി ശിവന്റെ തൃക്കണ്ണിൽ നിന്നുണ്ടായവളത്രേ.
അമ്മയില്ലാതെ...
അമ്മയില്ലാതെ ജനിച്ചവളല്ല ഈ കാളി
ചാത്തന്റെയും കുങ്കിയുടെയും മകളാണ് ഇവൾ.
കലി ബാധിച്ചവൾ,
കലി അകറ്റാൻ അവർ താലപ്പൊലി
എടുത്തു പടയണി കെട്ടി ചിരിപ്പിച്ചു.
കളമെഴുതി എന്റെ രൗദ്രഭാവം
കാണിച്ചുതന്നു.
കുഞ്ഞുങ്ങളായി വഴിയിൽ കിടന്ന്
എന്റെ മാതൃഭാവം ത്വരിപ്പിച്ചു.
എന്നിട്ടും കലി അടങ്ങാതായപ്പോൾ
വസൂരി വിത്ത് മുഖത്തെറിഞ്ഞു
പൊള്ളിച്ചു.
ഇല്ല കലി അടങ്ങിയില്ല.
ഇരുമ്പാണ് കാളിയുടെ ശക്തി.
ഞാൻ ജയിച്ച, എന്റെ ശക്തിയായ

ഇരുമ്പ്, കാരിരുമ്പ് പെണ്ണിന്റെ യോനിയിലൂടെ,
കയറി ഇറങ്ങുന്ന കാലത്ത്
കാളിക്ക് കലി അടക്കാനാവില്ല...
കലി അടക്കില്ല കാളി!

(കൂളി നടന്നുവരുന്നു. സ്റ്റേഷനിൽനിന്നു വരുന്നതാണ്. അവശയാണ്.) കാളി
യുടെ തൊട്ടടുത്ത് വന്നിരിക്കുന്നു.

കൂളി   : (തുടർച്ച എന്നവണ്ണം)
              കലി അടക്കണമെന്ന്...

കാളി   : താങ്ങാനാവാത്ത കലി അവർ സംസ്കരിക്കും.
              പെണ്ണിന്റേതു പ്രത്യേകിച്ചും...

കൂളി   : അവർ അതു തന്നെയാണ് പറയുന്നത്.

കാളി   : കലി പൂണ്ടാത്തവളെയാണ് അവർക്കാവശ്യം.
              മലർന്ന്, കമിഴ്ന്ന്, ചെരിഞ്ഞ് അവർക്ക് കലി
              തീർക്കേണ്ടവളെ.

കൂളി   : അതെനിക്കറിയാം. എന്നേക്കാൾ മറ്റാർക്കാണ്
              അറിയുക?

കാളി   : (കൂളിയുടെ തലയിൽ കൈവെക്കുന്നു)

കൂളി   : ആ വീടിന്റെ പടികൾക്ക് ചുവപ്പു നിറമായിരുന്നു.
              ഓരോ പടിയിലെയും ചെറിയ വരകൾപോലും
              എനിക്കറിയാം. ഞാൻ തല ഉയർത്താറേ ഇല്ല.
              മിനുസമുള്ള ആ പടികളിൽ തെന്നിവീഴുമെന്ന്
              എനിക്കു തോന്നും. തണുത്തു മരവിച്ച ആ
              ചുവപ്പു നിലത്ത് ഞാൻ ബോധമറ്റു കിടന്നിട്ടുണ്ട്.
              ദാരികന്മാരുടെ എണ്ണം ശരീരത്തിന് താങ്ങാനാ
              വാതായപ്പോൾ. വീണ്ടും വീണ്ടും അവരെന്നെ
              പടികൾ കയറ്റി. പെണ്ണിന്റെ രക്തവും കണ്ണീരും
              ഒട്ടിപ്പിടിച്ച പടികൾ.

കാളി   : (നിശ്ചലമായിരുന്ന് കണ്ണീർ പൊഴിക്കുന്നു)

കൂളി   : അമ്മേ... എനിക്കുവേണ്ടി! ഞങ്ങൾക്കുവേണ്ടി...

കാളി   : അവന്റെ രക്തത്തിൽനിന്ന് ആയിരക്കണക്കിന്
              ദാരികന്മാർ കുമിള പൊട്ടി വരുന്നത് ഭയത്തോടെ
              ഞാൻ കാണുന്നുണ്ട്. കലി അടക്കാനാവില്ല ഈ
              കാളിക്ക്...

കൂളി	:	മൂന്നുനേരം നിവേദ്യങ്ങൾ ഇരിക്കാൻ ഒരു കല്ല്..
കാളി	:	കല്ലാക്കി മാറ്റിയ വിശക്കാത്ത വയറിലേക്ക്
കൂളി	:	കലി അടക്കി കല്ലായി കുടികൊള്ളുക.
കാളി	:	കലി അരുത്, വിശക്കരുത്, കാമമരുത്, മനസ്സ് രുത്, കരയരുത്, ചിരിക്കരുത്.

രംഗം - 7

ഒരു വലിയ ആൾക്കൂട്ടം. പ്രതിഷ്ഠാകർമ്മം... കഥാപാത്രങ്ങൾ എല്ലാവരും ഉണ്ട്... കർമ്മങ്ങൾ പുരോഗമിക്കുമ്പോൾ നറുക്ക് ഇല വെച്ച് പ്രസാദം വിളമ്പുന്നു. ഭജന പുരോഗമിക്കുന്നു... അമ്പലം പണി പുരോഗമിക്കുന്നതിനി ടയിൽ കാളി പതുക്കെ എഴുന്നേൽക്കുന്നു.

കാളി : സ്ഥാനം നിശ്ചയിക്കുന്നത് അവരത്രെ! ഇരിക്ക ണമോ എന്നു നിശ്ചയിക്കുന്നത് നമ്മളാണ്!

(പതുക്കെ ആൾക്കൂട്ടത്തിലേക്ക് കൂളിയുമായി)

പഠനം

പെണ്ണരങ്ങുകൾ

ഡോ. ജാനകി ശ്രീധരൻ

"സ്ത്രീനാടകവേദിയുടെ രാഷ്ട്രീയം അവതരിക്കപ്പെട്ട രംഗാവിഷ്കാരത്തിന്റെ സ്ത്രീപക്ഷ പാരായണമല്ല. മറിച്ചു നാടകവേദിയുടെ നിർമ്മിതിയെതന്നെ സ്വാധീനിക്കുന്ന ഒന്നാണ്. നാടകവേദിയുടെ പ്രവർത്തനരീതി, വിഷയം തിരഞ്ഞെടുക്കുന്നത് അവതരണശൈലി എന്നിവയെല്ലാം രൂപപ്പെടുത്തുന്ന ചിന്താധാരയാണ് സ്ത്രീനാടകവേദി."

മലയാള സ്ത്രീ നാടകചരിത്രം, സജിത മഠത്തിൽ

നാടകപ്രവർത്തക, ചലച്ചിത്രനടി, മലയാളനാടക ചരിത്ര രചയിതാവ്, സംവിധായിക, നാടകകൃത്ത്, ടെലിവിഷൻ പ്രവർത്തക, ഫെമിനിസ്റ്റ് ആക്ടിവിസ്റ്റ് എന്നീ നിലകളിലെല്ലാം കേരളത്തിന്റെ പൊതുമണ്ഡലത്തിൽ സ്വന്തമായ ഇടം അടയാളപ്പെടുത്തികൊണ്ടിരിക്കുന്ന സജിത മഠത്തിലിന്റെ നാടകസമാഹാരത്തിനു മുൻകുറിപ്പെഴുതുമ്പോൾ അവരുടെ തന്നെ നിരീക്ഷണങ്ങളെ പരാമർശിച്ചുകൊണ്ട് തുടങ്ങുന്നത് എന്തുകൊണ്ടും ഉചിതമെന്നു കരുതുന്നു. കാരണം കഴിഞ്ഞ മൂന്നു ദശകങ്ങളായി സജിതയുടെ സുദീർഘമായ കലാസപര്യയിൽനിന്നും നാടക പരീക്ഷണങ്ങളിൽനിന്നും ജീവിതയാത്രയിൽനിന്നും രാഷ്ട്രീയ അന്വേഷണങ്ങളിൽനിന്നും അവർ സംഭരിച്ചെടുത്ത ഉൾക്കാഴ്ചകളുടെ ഊർജ്ജം ഈ വരികളിൽ സ്പന്ദിക്കുന്നുണ്ട്.

ആഗോളതലത്തിൽ തന്നെ, കഴിഞ്ഞ നൂറ്റാണ്ടിന്റെ ഉത്തരാർദ്ധത്തിൽ സ്ത്രീപക്ഷചിന്തകളുടെ ഉണർച്ചകളുടെ ഭാഗമായി അരങ്ങിന്റെ ഭാഷ ഒരു വലിയ തകിടംമറിച്ചിലിലൂടെ കടന്നുപോയതിനു പിന്നിൽ ഒരുകൂട്ടം നാടകരചയിതാക്കളായ സ്ത്രീകളുടെ, സ്ത്രീകൂട്ടായ്മകളുടെ മുൻകൈയും ആത്മവിശ്വാസവും ഉണ്ടായിരുന്നു. വൻസാമൂഹികചലനങ്ങൾ സൂക്ഷ്മവും

ലോലവുമായ വ്യക്തിബന്ധങ്ങളെപോലും കീഴ്മേൽ മറിക്കുമ്പോൾ, മുള പൊട്ടുന്ന സംഘർഷങ്ങളെ അതാത് കാലങ്ങളിൽ നാടകങ്ങൾ ആവിഷ്കരിച്ചത് പുരുഷപ്രധാനമായ കാഴ്ചപ്പാടിലൂടെയാണെന്ന തിരിച്ചറിവ് സ്ത്രീകളായ നാടകകൃത്തുക്കളെ അരങ്ങിനെക്കുറിച്ചും രംഗപാഠത്തെക്കുറിച്ചും ഒരു ബദൽ പരിപ്രേക്ഷ്യം രൂപപ്പെടുത്തേണ്ടുന്ന ആവശ്യകതയിലേക്കു നയിച്ചു. സ്ത്രീകളുടെ ജീവിതപശ്ചാത്തലങ്ങളുടെ, അനുഭവപരിസരങ്ങളുടെ വർഗ്ഗ/വംശ/ജാതിപരമായ വൈജാത്യങ്ങളും വൈവിധ്യങ്ങളും സാമ്പ്രദായിക സ്ത്രീകഥാപാത്രസങ്കല്പങ്ങളെയും സ്ത്രീപുരുഷബന്ധങ്ങളുടെ സമവാക്യങ്ങളെയും മാറ്റിമറിച്ചു. രംഗാവിഷ്കരണങ്ങളിൽ മലയാളിസ്ത്രീയുടെ തുടർച്ചകളെ അന്വേഷിക്കുമ്പോൾ, നമ്മൾ ചില അപ്രിയസത്യങ്ങളിൽ എത്തിച്ചേരുന്നു. നടി എന്ന നിലയിലുള്ള അസ്തിത്വത്തിനു നാടകരംഗത്തു മലയാളിസ്ത്രീക്കു അവകാശപ്പെടാവുന്ന പാരമ്പര്യം, നാടകകൃത്ത് എന്ന നിലയിൽ ഇല്ല. ആൺകോയ്മയിൽ അധിഷ്ഠിതമായ സദാചാരമൂല്യങ്ങളിൽ ഉറച്ചുനിന്നു എഴുതപ്പെട്ട പുരോഗമനോന്മുഖമായ നാടകങ്ങൾ പോലും ആധുനിക മലയാളിപുരുഷന്റെ പ്രതിസന്ധിയും വൈരുദ്ധ്യങ്ങളുമാണ് ആവിഷ്കരിച്ചതെന്നത്, നാടകരചനയിലെ ലിംഗരാഷ്ട്രീയത്തിന്റെ സൂക്ഷ്മതലങ്ങളെ അനാവരണം ചെയ്യുന്നു.

കേരളത്തിന്റെ നാടകചരിത്രത്തിലേക്കു തിരിഞ്ഞുനോക്കുമ്പോൾ, സാമൂഹിക നവോത്ഥാനത്തിന് വേണ്ടിയുള്ള നാടകരചനയുടെ അഭിമാനാർഹമായ ഒരു പാരമ്പര്യം നമുക്ക് അവകാശപ്പെടാനുണ്ട്. എങ്കിലും നാടകരചനയിൽ സ്ത്രീപങ്കാളിത്തം ചുരുക്കം ചില വ്യക്തികളിലും കൂട്ടായ്മകളിലും ഒതുങ്ങി നിൽക്കുന്നതായി കാണാം. അരങ്ങിന്റെ ഭാഷയെ പുനർചിന്തിക്കുമ്പോൾ ലിംഗനീതിയിൽ ആഴ്ന്നുനിൽക്കുന്ന സ്വത്വബോധത്തിൽ നിന്ന് കഥാപാത്രങ്ങളെയും സംഘർഷങ്ങളെയും പുനർസങ്കല്പിക്കേണ്ടിയിരിക്കുന്നു.

നോവൽ, കഥ, കവിത എന്നീ സാഹിത്യമേഖലകളിലേക്കു സ്ത്രീകൾ തങ്ങളുടെ സർഗ്ഗാത്മകതയെയും ഭാവനാവിലാസത്തെയും പ്രസരിപ്പിച്ചതുപോലെ നാടകരചനയിലേക്കു വിപുലപ്പെടുത്തിയില്ല എന്നത് ശ്രദ്ധേയമാണ്. സങ്കുചിതമായ സാമൂഹിക ജീവിതവും പൊതുഇടങ്ങളിൽ ഇറങ്ങി പ്രവർത്തിക്കാനുള്ള വിമുഖതയും ആണ് ഒരു collaborative കലയായ നാടകരചനയിൽ നിന്ന് സ്ത്രീകളെ പിന്മടക്കുന്നതെന്ന സിദ്ധാന്തങ്ങൾ പോലും മുന്നോട്ടുവെയ്ക്കപ്പെട്ടു.

അതേസമയം അത്ര ശുഷ്കമല്ല ഈ സർഗ്ഗധാര. അല്പം മെലിഞ്ഞിട്ടാണെങ്കിലും ഒരു ചെറുനീരുറവ കുട്ടിക്കുഞ്ഞി തങ്കച്ചിയിൽ തുടങ്ങി, തോട്ടക്കാട്ട് ഇക്കാവമ്മയിലൂടെയും ലളിതാംബിക അന്തർജ്ജനത്തിലൂടെയും തൊഴിൽകേന്ദ്രത്തിലേക്ക് എന്ന ചരിത്രപ്രധാനമായ നാടകം രചിച്ച സ്ത്രീ സൗഹൃദത്തിലൂടെയും പിന്നീട് സമീപകാലങ്ങളിൽ ശ്രീജ ആറങ്ങോട്ടുകര, ഇ.രാജരാജേശ്വരി, സജിത മഠത്തിൽ എന്നിവരുടെ സംരംഭങ്ങളിലേക്കും നീളുന്നത് നമുക്ക് കാണാം.

ഈ നാടകരചന, സമൂഹവും സംസ്കാരവുമായുള്ള, സംഘർഷാത്മകമായ, ആഴത്തിലുള്ള സംവേദനവും സംവാദവുമാണ്. ഭാവഹാവാദികളും ചേഷ്ടകളും സ്വയം പുതുക്കപ്പെടുന്നു. ഇതുവരെയുള്ള രംഗപാഠങ്ങൾ, അവതരണരീതികൾ ചോദ്യം ചെയ്യപ്പെടുന്നു. അപകടകരമായ ഒരു സഞ്ചാരമാണ് സ്ത്രീനാടക രചന വാഗ്ദാനം ചെയ്യുന്നതെന്ന കാര്യം സജിതയുടെ നാടകങ്ങൾ നമ്മെ വീണ്ടും ഓർമ്മിപ്പിക്കുന്നു. അതിനൊപ്പം, തന്റെ തന്നെ ചരിത്രവുമായിട്ടുള്ള ഏറ്റുമുട്ടലും ഈ പ്രക്രിയയിൽ അടങ്ങിയിട്ടുണ്ട്. ആ ഏറ്റുമുട്ടലുകളിൽ സ്വാഭാവികമായും ഉണ്ടാകുന്ന ഘർഷണമാണ് സ്ത്രീനാടകവേദിയുടെ സൗന്ദര്യശാസ്ത്രത്തിന് അടിത്തറ പാകുന്നത്. ഈ സംവേദനപ്രക്രിയ ജെണ്ടർ രാഷ്ട്രീയത്തിന്റെ ആത്മപരിശോധനകളിലൂടെയും പുതിയ അവബോധങ്ങളിലൂടെയും കടന്നുപോകുമ്പോൾ സങ്കേതങ്ങളും ഘടനകളും സ്വയം അഴിച്ചുപണിയുന്നു. തുടർച്ചകളേക്കാൾ ഇടർച്ചകളിലൂടെയുള്ള ഒരു പാരമ്പര്യം സ്വയം രൂപപ്പെടുത്തിക്കൊണ്ടേയിരിക്കുകയാണ്. സജിത രചിച്ച ഈ നാടകങ്ങളുടെ സമാഹാരം അത്തരം സ്വയം നിർമ്മിതിയുടെ നിർണ്ണായക ഘട്ടങ്ങളിലൊന്നാണ്.

'മത്സ്യഗന്ധി', 'ചക്കി ചങ്കരൻ-ഒരു ഫാമിലി റിയാലിറ്റി ഷോ', 'മദേഴ്സ് ഡേ', 'കാളീനാടകം' എന്നീ രചനകൾ അടങ്ങിയ ഈ സമാഹാരത്തിലൂടെ യാത്ര ചെയ്യുമ്പോൾ ഐതിഹ്യങ്ങളും രാഷ്ട്രീയവും അധികാരവും വിശ്വാസവും പൗരാണിക സ്പന്ദനങ്ങളും സമകാലിക തുടിപ്പുകളും സന്ദേഹങ്ങളും സംശയങ്ങളും ഇഴചേർന്നുകിടക്കുന്ന സങ്കീർണ്ണമായ ഭൂമികയിലാണ് നാമെന്നു അറിയുന്നു. നിലനിൽക്കുന്ന രംഗഭാഷയുടെ കരുത്തിനെ സ്വാംശീകരിച്ചും ക്രിയാത്മകമായി തർക്കിച്ചുമാണ് അതിദ്രുതം മാറിമറിഞ്ഞുകൊണ്ടിരിക്കുന്ന കേരളസമൂഹത്തിലെ ലിംഗാധിഷ്ഠിതമായ സ്വത്വപ്രതിസന്ധികളെ സജിത അവതരിപ്പിക്കാൻ ശ്രമിക്കുന്നത്. നവമാധ്യമങ്ങളും ഡിജിറ്റൽ അഭിരുചികളും

ആഗോള സാംസ്കാരിക വിപണിയുടെ ദൈനംദിന സാന്നി
ധ്യവും ലോകമെമ്പാടും ഭീഷണരൂപം പ്രാപിക്കുന്ന പ്രതിലോമ
ശക്തികളുടെ ഉയർച്ചയും സാധാരണ ജീവിതതാളങ്ങളെ പോലും
കീഴ്മേൽ മറിക്കുന്ന സാഹചര്യങ്ങളിലാണ് നാമിന്നു ജീവിക്കു
ന്നത്. മാറ്റങ്ങളിൽ നാം ആശ്വസിക്കുമ്പോഴും പൊതുസ്മൃതിയിൽ
ആഴ്ന്നു കിടക്കുന്ന വർണ്ണ/ജാതി/വംശ വെറികളുടെയും കാമ
വെറിയുടെയും വിത്തുകൾ വീണ്ടും വീണ്ടും പൊട്ടിമുളയ്ക്കു
ന്നത് ഈ നാടകങ്ങളിൽ കാണാം. പഴമയും പുതുമയും കൂടി
ക്കുഴഞ്ഞുകിടക്കുന്ന ഒരു അനുസ്യൂതിയിലാണ് മലയാളിസ്ത്രീ
ജീവിക്കുന്നത്. അവൾ അനുഭവിക്കുന്ന യാതനയിലും അവൾ
നടത്തുന്ന ചെറുത്തുനില്പിലും പുരാതനവും നവീനവുമായ
മൂല്യസംഹിതകൾ ഒത്തുചേരുന്നുണ്ട്. പുരുഷവിരുദ്ധമായ
വാചാടോപമായി ചുരുങ്ങാതെ വിഭിന്നങ്ങളായ ലിംഗ വ്യക്തിത്വ
ങ്ങളെ, ലൈംഗിക ബോധങ്ങളെ എങ്ങനെയാണ് പുതിയ അധി
കാര പരിസരങ്ങൾ നിർമ്മിക്കുകയും മെരുക്കുകയും ചെയ്യുന്ന
തെന്ന അന്വേഷണം ഈ നാടകങ്ങളിൽ കാണാം. പ്രമേയത്തിന്റെ
തിരഞ്ഞെടുപ്പിന് കൊടുക്കുന്ന അത്രതന്നെ, അല്ലെങ്കിൽ അതിനു
മുപരിയായ പ്രാധാന്യം രംഗാവതരണത്തിനുണ്ടെന്നുള്ളത്,
വിശദമായ രംഗസജ്ജീകരണ നിർദ്ദേശങ്ങൾക്കും ശബ്ദ സംവി
ധാനത്തിനും ദീപവിതാനത്തിനും കഥാപാത്രങ്ങളുടെ സാധ്യത
കൾക്കും കൊടുക്കുന്ന പരിചരണത്തിൽ നിന്നും മനസ്സിലാക്കാ
വുന്നതാണ്.

ഏകദേശം ഇരുപത്തിയഞ്ചു വർഷം മുൻപാണ് ഞാനാദ്യ
മായി, ശ്രീലതയുമൊത്തു സജിത അഭിനയിച്ച നാടകം എറണാ
കുളം പബ്ലിക് ലൈബ്രറി ഹാളിൽ വെച്ച് കാണുന്നത്. ജി.ശങ്കര
പ്പിള്ളയുടെ രണ്ടു നാടകങ്ങളെ സമന്വയിപ്പിച്ച് സി.വി. സുധി രചിച്ച്
സംവിധാനം നിർവ്വഹിച്ച 'ചിറകടിയൊച്ചകൾ' എന്ന നാടകം
സ്ത്രീനാടകവേദിയുടെ സാക്ഷാത്ക്കാരത്തിലേക്കുള്ള നിർണ്ണാ
യകമായ ചുവടുവെപ്പായിരുന്നു. അന്ന് തൊട്ടിങ്ങോട്ടു ഈ കലാ
കാരികളുടെ പ്രയാണം കേരള സമൂഹം സാകൂതം വീക്ഷിച്ചി
ട്ടുണ്ട്. ആ പ്രയാണത്തിൽ പ്രേക്ഷകസമൂഹവും പങ്കാളികളാണ്.
ഇവരിൽ ഒരാളായ സജിതയുടെ അന്വേഷണങ്ങളും പരീക്ഷണ
ങ്ങളും ഇതര മാധ്യമങ്ങളിലേക്കും പടർന്നുകയറി എന്നത് ഈ
കലാകാരിയുടെ ബഹുമുഖമായ കലാവ്യക്തിത്വത്തിന്റെ
സവിശേഷതയാണ്. എഴുത്ത്, ടെലിവിഷൻ, സിനിമ എന്നീ ചില്ല
കളിലേക്കു പറക്കുമ്പോഴും നാടകത്തിനിടെ ജൈവചൈതന്യം

സജിതയിൽ തുടിച്ചുകൊണ്ടിരിക്കുന്നു എന്നതിന്റെ ദൃഷ്ടാന്തമാണ് ഈ യാത്രയ്ക്കിടയിൽ അവർ രചിച്ചിട്ടുള്ള നാടകങ്ങൾ. ഇലക്ട്രോണിക്ക് ഡിജിറ്റൽ സങ്കേതങ്ങൾ പരുവപ്പെടുത്തിയെടുക്കുന്ന, അവയുമായി സ്ഥിരം ഇടപെടുന്ന ഒരു പ്രേക്ഷകസമൂഹത്തിന്റെ അരങ്ങിനെക്കുറിച്ചുള്ള സങ്കല്പവും ദൃശ്യഅഭിരുചികളും വ്യത്യസ്തമാണെന്ന ബോധ്യം ഈ നാടകങ്ങളിൽ നിഴലിക്കുന്നുണ്ട്.

നടികളായും സംവിധായകരായും സ്ത്രീകൾ പല പൂർവ്വനിശ്ചിതങ്ങളായ റോളുകളെയും അരങ്ങിലെ പെരുമാറ്റങ്ങളെയും കീഴ്വഴക്കങ്ങളെയും അട്ടിമറിച്ചു എന്നത് ഇനിയും ആവർത്തിക്കേണ്ടതില്ല. സവർണ്ണമേധാവിത്വത്തിലും ആൺകോയ്മയിലും അധിഷ്ഠിതമായ ലാവണ്യബോധത്തെയും നിലപാടുകളെയും ലിംഗസ്വത്വങ്ങളെ കുറിച്ചുള്ള ധാരണകളെയും വെല്ലുവിളിച്ചുകൊണ്ട് അവർ അവരുടെ ശരീരത്തിന്റെ സാധ്യതകളെ വിപുലീകരിച്ചു. തങ്ങളുടെ അവയവങ്ങളെ ബന്ധിപ്പിച്ചു നിർത്തിയിരുന്ന സദാചാര ആഘോഷങ്ങളെ, ശരീരസങ്കല്പങ്ങളെ, അഴകളവുകളെ അതിലംഘിച്ചു. അവരുടെ തുറന്ന ശബ്ദവും കൈകാലുകളുടെ പിടിവിട്ടുള്ള ചലനങ്ങളും സ്ക്രിപ്റ്റിന്റെ അതിരുകളെ ഭേദിച്ച് കടന്നുപോയി.

പടിഞ്ഞാറൻ ഫെമിനിസ്റ്റ് പ്രസ്ഥാനത്തിന്റെ രണ്ടാം ഘട്ടത്തിന്റെ ഭാഗമായി സ്ത്രീനാടകവേദി തഴച്ചുവളർന്നപ്പോൾ, ഇവിടെ ചലച്ചിത്രത്തിന്റെയും പിന്നീട് ടെലിവിഷന്റെയും കടന്നുകയറ്റത്തിൽ നാടകം എന്ന കലാരൂപം തളരുന്ന അവസ്ഥയുണ്ടായിരുന്നു. സ്ത്രീകൾ അനുഭവിക്കുന്ന വിവേചനങ്ങളെയും ചൂഷണങ്ങളേയും വിഷയങ്ങളാക്കി തെരുവുനാടകങ്ങളും മറ്റും ബോധവത്ക്കരണ പരിപാടികളുടെ ഭാഗമായി രചിക്കപ്പെട്ടുവെങ്കിലും അരങ്ങിന്റെ സൗന്ദര്യശാസ്ത്രത്തെ തന്നെ വിമർശനവിധേയമാക്കുന്ന സൈദ്ധാന്തിക ഇടപെടലുകൾ വിരളമായിരുന്നു. എന്നാൽ ഇരുപതാംനൂറ്റാണ്ടിന്റെ അവസാനദശകത്തിൽ കേരളം കണ്ട നാടകക്യാമ്പുകളും പണിപ്പുരകളും ഒരു ബദൽ ചിന്താപദ്ധതിക്കു തുടക്കമിട്ടു. ആ പുതുചിന്തകൾ തുറന്നിട്ട ഇടങ്ങളെയാണ് സജിതയുടെ നാടകങ്ങൾ അഭിസംബോധന ചെയ്യുന്നത്. ഈ നാടകങ്ങളിൽ ഉരുത്തിരിയുന്ന ഒരു ആനുകാലിക സ്ത്രീസ്വത്വമുണ്ട്, അല്ലെങ്കിൽ സ്വത്വങ്ങൾ ഉണ്ട്.

വർഗ-ജാതി വിഭിന്നതകൾക്കതീതമായി അവരിൽ കാണുന്ന സമാനത, വെറും ഇരകളായി വിധേയപ്പെട്ടുനിൽക്കാൻ അവർ

തയ്യാറല്ല എന്നതുതന്നെയാണ്. സമ്മർദ്ദങ്ങൾക്ക് വഴങ്ങാതെ സദാ ജാഗരൂകരായി നിരന്തരം പൊരുതുന്ന, കലഹിക്കുന്ന, അതിജീവിക്കുന്ന സ്ത്രീകൾ. കാളീനാടകത്തിലെ അവസാന വാചകങ്ങൾ സ്ത്രീനാടകഭാവുകത്വത്തിന്റെ പുതുദിശകളെ കുറിക്കുന്നവയാണ്:

"കാളി - സ്ഥാനം നിശ്ചയിക്കുന്നത് അവരത്രേ! ഇരിക്കണമോ എന്ന് നിശ്ചയിക്കുന്നത് നമ്മളാണ്."

ഈ സമാഹാരത്തിൽ ഉൾക്കൊള്ളിച്ചിട്ടുള്ള 'മത്സ്യഗന്ധി' പ്രേക്ഷകശ്രദ്ധയും നിരൂപകപ്രശംസയും നേടിയ നാടകമാണ്. സർവകലാശാലകളിലെ പാഠപുസ്തകം കൂടിയായ ഈ രചന സജിതയുടെ നാടകദർശനത്തെത്തന്നെ ഉദാഹരിക്കുന്ന ഒരു അനുഭവമായിത്തീരുന്നു. കേരളീയ സാമൂഹിക ജീവിതത്തിൽ ചിരപരിചിത സാന്നിധ്യമായ മീൻകാരിയുടെ ആത്മഭാഷണത്തിലൂടെയാണ് നാടകം വികസിക്കുന്നത്. തൊഴിൽപരമായ സുരക്ഷിതത്വമില്ലാതെ, ശരീരമാസകലം മീൻ നാറുന്ന, പുറമ്പോക്കുകളിൽ ജീവിക്കുന്ന മുക്കുവസ്ത്രീയിലൂടെ മഹാഭാരതത്തിലെ സത്യവതിയുടെ ആഖ്യാനവും പുനർവായിക്കപ്പെടുന്നു. മത്സ്യഗന്ധം വമിക്കുന്ന മീൻകാരി അനുഭവിക്കുന്ന അന്യവത്ക്കരണം അവളുടെ ശരീരത്തിൽനിന്ന് കൂടിയുള്ള അന്യവത്ക്കരണമാണ്. ഇന്നത്തെ മീൻകാരി തന്റെ ഐതിഹാസിക പൂർവസൂരിയായ സത്യവതിയെ ഓർക്കുന്നു. മുക്കുവസ്ത്രീയുടെ അഴിച്ചിട്ട മുടിയിൽ പാഞ്ചാലീ ശപഥത്തിന്റെ മാറ്റൊലി കേൾക്കാം. സ്ത്രീ ശരീരത്തിന്റെ ബഹുസ്വരതയും അതിന്റെ പ്രതീകാത്മക വൈവിധ്യവും പല തലങ്ങളിലുള്ള വായനകളിലേക്കു നമ്മെ നയിക്കുന്നു.

യന്ത്രവത്ക്കരിക്കപ്പെടുന്ന ജീവസന്ധാരണോപാധികൾ മൂന്നാം ലോകരാഷ്ട്രങ്ങളിലെ വികസനമാതൃകകളുടെ ശാപമാണ്. വികസനം എന്ന ദുരന്തത്തിലൂടെ ഹനിക്കപ്പെടുന്നത് പരമ്പരാഗത തൊഴിലിടങ്ങളും നിസ്വരായവരുടെ കൊച്ചുസ്വപ്നങ്ങളും ജീവനോപാധികളുമാണ്. സംസ്കാരത്തിന്റെ അഭിമാനങ്ങളായി മഹാഭാരതത്തെയും ചെമ്മീനിനെയും നെഞ്ചിലേറ്റുന്ന ഒരു ജനത, മുക്കുവസമുദായത്തിന്റെ സമകാലിക ദുരിതങ്ങളെ അവരുടെ ആഗ്രഹങ്ങളെ എത്ര തന്നെ അറിയുന്നുണ്ട്?

സാമൂഹിക നാടകങ്ങളിൽ പലപ്പോഴും കാണാറുള്ള പ്രചാരണസ്വഭാവം ഒഴിവാക്കി അവതരണത്തിനും രംഗഭാഷയ്ക്കും

നാടകകൃത്ത് നൽകുന്ന ശ്രദ്ധയും കരുതലും സ്പഷ്ടമാണ്. പ്രമേയത്തിനിണങ്ങുന്ന രീതിയിൽ അരങ്ങിന്റെ ഭാഷയെ വിപുല പ്പെടുത്താൻ സജിത കാണിക്കുന്ന സൂക്ഷ്മത പ്രത്യേക പരാമർശം അർഹിക്കുന്നു.

കഴിഞ്ഞ രണ്ടു ദശകങ്ങളായി കേരളത്തിൽ ഉടലെടുത്ത പുതിയ തൊഴിലിടങ്ങളാണ് ടെലിവിഷൻ സ്റ്റുഡിയോകളും അവയിൽ ഉത്പ്പാദിപ്പിക്കപ്പെടുന്ന വിനോദ ഉത്പന്നങ്ങളും. നാം ഒരേസമയം പ്രേക്ഷകരും പങ്കാളികളും തൊഴിലാളികളുമാണ്. റിയാലിറ്റി ഷോകളിൽ പങ്കെടുക്കുമ്പോഴും അവയോടു അവ ആവശ്യപ്പെടുന്ന രീതിയിൽ പ്രതികരിക്കുമ്പോഴും പോലുമറിയാതെ നമ്മുടെ അധ്വാനവും സമയവും ചിലവഴിക്കുന്നുണ്ട്. ഈ പുതിയ തൊഴിലിടങ്ങൾ കുരുത്തെടുക്കുന്ന കർതൃത്വങ്ങൾ, അവ സൃഷ്ടിക്കുന്ന അവസരങ്ങൾ, അവ തുറന്നിടുന്ന സാധ്യതകൾ - ഇവയെല്ലാം 'മദേഴ്സ് ഡേ'യിലും 'ചക്കീചങ്കരൻ-ഒരു റിയാലിറ്റി ഷോ'യിലും അരങ്ങിന്റെ സംവിധാനങ്ങളായി മാറുന്നത് സ്വാഭാവികം മാത്രം. ദൃശ്യമാധ്യമങ്ങളുടെ പ്രവർത്തനരീതി, തൊഴിലിടത്തിന്റെ പിരിമുറുക്കങ്ങൾ, തൊഴിൽബന്ധങ്ങൾ ഇവയെല്ലാം ഒരു ടെലിവിഷൻ പ്രവർത്തകയെന്ന നിലയിൽ അടുത്ത് പരിചയപ്പെട്ടതുകൊണ്ട് തന്നെ, വിദഗ്ധമായി അരങ്ങിന്റെ ഭാഷയിലേക്കു അവയെ പരിവർത്തിപ്പിക്കുവാനും പുതിയ ഭാവുകത്വങ്ങളെ സങ്കല്പിക്കുവാനും സജിത ശ്രമിക്കുന്നുണ്ട്.

യാഥാർത്ഥ്യങ്ങളും പ്രതിനിധാനങ്ങളും തമ്മിലുള്ള അതിർ വരമ്പുകൾ മായുമ്പോൾ, സാധാരണജീവിതം കെട്ടുകാഴ്ചയാകുമ്പോൾ, കെട്ടുകാഴ്ചകൾ സാധാരണമാകുമ്പോൾ, എളിയ ജീവിതങ്ങൾ പിടികിട്ടാത്ത സന്ദിഗ്ധതകളിലേക്ക് കൂപ്പുകുത്തുന്നു. ആ അമ്പരപ്പുകളും ഞെട്ടലുകളും ചിരികളും നാടകങ്ങളുടെ ആത്മാവാണ്. വിപ്ലവവും ചരിത്രവും കൗതുകങ്ങളായി മാറുമ്പോൾ പഴയ വിപ്ലവനായിക വിനോദോപാധി മാത്രമായി മാറുന്നു. ഏതു നൈതികമുന്നേറ്റത്തെയും രാഷ്ട്രീയ ഇടപെടലിനെയും ലാഭകരമായ ദൃശ്യമാക്കി മാറ്റാനുള്ള രാസപ്രക്രിയ ചാനൽ സംസ്കാരത്തിനും ദൃശ്യവിപണിക്കും ഇന്ന് അവകാശപ്പെടാം. ടെലിവിഷൻ ഷോയുടെ സങ്കേതങ്ങളും അരങ്ങിന്റെ സങ്കേതങ്ങളും തമ്മിൽ നെയ്തെടുക്കുന്ന സമവാക്യങ്ങൾ നാടകാവിഷ്കാരത്തിന് ഒരു മൾട്ടിമീഡിയ അനുഭവത്തിന്റെ പ്രതീതി പകരുന്നു. ആഗോള രാഷ്ട്രീയ/സാംസ്കാരിക/സാമ്പത്തിക ശക്തികളാൽ നിരന്തരം നിരീക്ഷിക്കപ്പെടുന്ന, തിരിച്ചു ആഗോള അഭിരുചികളിലേക്കും പ്രതീക്ഷയോടെ സദാ ഉറ്റുനോക്കുന്ന കേരളജനതയാണ് പുതിയ പ്രേക്ഷകസമൂഹം.

ആ സെൻസിബിലിറ്റിയെ നേരിടാൻ അതിവൈകാരികതയ്ക്കും കാല്പനിക ഭാവനയ്ക്കും അസാധ്യമാണെന്ന് തിരിച്ചറിവ്, നാടക കൃത്തിനെ കൊണ്ട് കൈയടക്കത്തോടെ ഹാസ്യം ഉപയോഗി ക്കാൻ പ്രേരിപ്പിക്കുന്നു.

ഇതിനകം കേരളത്തിനകത്തും പുറത്തും അന്തർദ്ദേശീയ തലത്തിലും പലവേദികളിൽ അരങ്ങേറി കഴിഞ്ഞ കാളീനാടകം അതിന്റെ പരപ്പിലും കഥാപാത്ര ബാഹുല്യത്തിലും പകിട്ടാർന്ന പശ്ചാത്തലസംവിധാനം കൊണ്ടും സവിശേഷവും വ്യത്യസ്ത വുമായ ഒരുക്കങ്ങൾ ആവശ്യപ്പെടുന്നുണ്ട്.

അനുഷ്ഠാനത്തിന്റെയും വിശ്വാസത്തിന്റെയും ആചാര ങ്ങളുടെയും തനതുദൃശ്യകലകളുടെയും ശബ്ദതാളങ്ങളും ചടുലസംഗീതവും കാഴ്ചാശീലങ്ങളും ഫലപ്രദമായി ഇതി വൃത്തത്തിലേക്കു സംയോജിപ്പിച്ചുകൊണ്ടാണ് സമൂഹത്തിന്റെ പൊതുസ്മൃതിയിൽ വർഷങ്ങളായി നീറിനിൽക്കുന്ന മുറിവു കളെയും ദയാശൂന്യമായ ഓർമ്മകളെയും 'കാളീനാടകം' ഉച്ചാടനം ചെയ്യാൻ ശ്രമിക്കുന്നത്. ഇവിടെ നാടകവും ജീവിതവും തമ്മിൽ, കലയും വാസ്തവവും തമ്മിൽ പകർന്നാടുന്ന അനു ഭവത്തിനു നാം സാക്ഷ്യം വഹിക്കുന്നു. ലക്ഷ്മീസങ്കല്പത്തി ലേക്ക് മെരുക്കിയെടുക്കപ്പെട്ട ദേവീചൈതന്യത്തിന്റെ പ്രതികാര രൂപമാണ് കാളി.

സവർണ്ണദൈവ വിഗ്രഹങ്ങളിൽനിന്ന് ഒഴിവാക്കപ്പെട്ടവൾ. കറുത്തവൾ. ചുടലയിൽ വസിക്കുന്നവൾ. അരികുകളിലും അതിരുകളിലും ജീവിക്കുന്ന ഈ ദേവീപൂജയുടെ ആഘോഷം ദാരികവധത്തിലാണ്, തിന്മയുടെ നിഗ്രഹത്തിലാണ്. നന്മതിന്മ കൾ നിർവചിക്കുന്നത് അതാത് കാലങ്ങളിലെ തിരിച്ചറിവുകളും അധികാരരൂപങ്ങളുമാണെന്ന ഉൾക്കാഴ്ചയാണ് 'കാളീനാടക' ത്തിന്റെ കാതൽ.

ജാതിവ്യവസ്ഥയിൽ ഉരുകിത്തീർന്നിട്ടുള്ള സ്ത്രീകളുടെ രോഷമായി സ്വയം വളരുന്ന ഒരു കാളിയെയാണ് ഈ നാടക ത്തിൽ കാണുന്നത്.

വിമോചന ആഖ്യാനങ്ങളും ബദൽ മാതൃകകളും ഒരുപാട് സംഘർഷങ്ങൾ വ്യക്തികൾക്കുള്ളിലും കുടുംബങ്ങൾ ക്കുള്ളിലും തീർത്ത കാലഘട്ടം കൂടിയാണിത്. ആനുകാലിക സമൂഹങ്ങളിലെ അപരിചിതഭാവങ്ങളും ഒറ്റപ്പെടലുകളും ഉണ്ടാ ക്കുന്ന ഉത്കണ്ഠകളെയാണ് അമ്മയും മകളും തമ്മിലുള്ള മൗ നമുദ്രിതമായ സംഭാഷണത്തിൽ നമ്മൾ 'മദേഴ്സ് ഡേ'യിൽ

കേൾക്കുന്നത്. സ്വതന്ത്ര്യവാഞ്ഛയ്ക്കും സ്നേഹബന്ധങ്ങളുടെ പതിവ് കെട്ടുപാടുകൾക്കുമിടയിൽ, തല കുനിക്കാതെ സ്വന്തമായ പാതകൾ വെട്ടാനൊരുങ്ങിയ രണ്ടു തലമുറയിൽ പെട്ട സ്ത്രീകൾ തമ്മിലുള്ള ആശയവിനിമയം അഭിനേതാക്കൾക്ക് ഒരു വെല്ലുവിളിയായിരിക്കും. സ്ത്രീകൾ രചിക്കുന്ന നാടകങ്ങളുടെ സുപ്രധാനമായ ലക്ഷണമാണിത്. അനന്തമായി വളർന്നു കൊണ്ടിരിക്കുന്ന ഒരു പെൺസ്വത്വത്തെ അത് കനവ് കാണുന്നു. ആശയപരമായും വൈകാരികമായും ഈ പാതയിലൂടെ സഞ്ചരിച്ചിട്ടുള്ളവർക്കേ, സുരക്ഷിത ഇടങ്ങളെ കൈവിട്ടു സ്വയം അന്വേഷിച്ചവർക്കേ, നിയതമായ അതിരുകൾ ഇല്ലാത്ത ഈ യാത്രയിലടങ്ങിയ സാഹസികമായ ഉന്മാദത്തെ ഒന്ന് ചെറുതായെങ്കിലും സ്പർശിക്കാൻ കഴിയുകയുള്ളൂ.

സിനിമയും ടെലിവിഷനും നവദൃശ്യമാധ്യമങ്ങളും ചേർന്ന് നാടകത്തിന്റെ സാധ്യതകളെ ഇല്ലാതാക്കുകയാണോ എന്ന് ഉത്കണ്ഠപ്പെടാൻ തുടങ്ങുമ്പോഴാണ്, അടുത്ത കാലത്ത് നാടകം ഒരു തിരിച്ചുവരവ് നടത്തുന്നത്. വലിയ തോതിൽ സാമ്പത്തിക നിക്ഷേപം ആവശ്യപ്പെടുന്ന വൻപ്രൊഡക്ഷനുകൾക്കു മുന്നിൽ ടിക്കറ്റ് കിട്ടാൻ കായികബലം ഉപയോഗിക്കേണ്ടി വരുന്ന ഒരു സ്ഥിതിവിശേഷം ഇന്നുണ്ട്. അത്തരം ഭീമൻ ഉദ്യമങ്ങളുടെ അനുകരണമോ, പുനരുത്പാദനമോ അല്ല സ്ത്രീ നാടകവേദി ഉദ്ദേശിക്കുന്നത്. മറിച്ച് ചെറിയ തോതിൽ, വലിയ മുതൽമുടക്കില്ലാതെ, ചെറുവൃത്തങ്ങളിൽ സ്വന്തം ശരീരത്തിന്റെ സാധ്യതകളെ പരമാവധി വിപുലപ്പെടുത്തുകയാണ് നടി ചെയ്യുന്നത്.

സാമ്പ്രദായിക നാടകാവിഷ്കാരങ്ങളിൽ നിന്നും പെർഫോമൻസ് ആർട്ടിലേക്കും ഏകാഭിനയ അവതരണങ്ങളിലേക്കും ചുവടുമാറുവാനുള്ള പ്രവണത ഇന്ന് കലാകാരികൾക്കിടയിൽ പൊതുവേ കാണപ്പെടുന്നുണ്ട്. ഇവിടെ തങ്ങളുടെ കലാപ്രവർത്തനത്തിൽ അവർ കൃത്യമായ നിലപാടുകൾ എടുക്കുകയാണ്. വ്യവസ്ഥാപിതമായിട്ടുള്ള അരങ്ങുകളിൽനിന്ന് മാറി ഷോപ്പിംഗ് മാളിലേക്കും ഹോട്ടലുകളിലേക്കും നാടകം ചേക്കേറുമ്പോൾ അതിൽ ഒരു സാംസ്കാരിക പ്രതിരോധമുണ്ട്.

സജിതയുടെ നാടകങ്ങൾ വിവിധങ്ങളായ അരങ്ങുകളെ വിഭാവനം ചെയ്യുന്നുണ്ട്. വർത്തമാനകാല പരീക്ഷണങ്ങളെ ഉൾക്കൊള്ളാനും ശ്രമിക്കുന്നുണ്ട്. നടീനടന്മാരുടെ ബഹുത്വവും രംഗസജ്ജീകരണങ്ങളുടെ വലിപ്പവും പെരുപ്പവും നാടകപ്രവർത്തകർക്ക് വെല്ലുവിളികളാണ്. അരങ്ങുകളുടെ വൈവിധ്യം,

പ്രേക്ഷകരുടെ പങ്കാളിത്തത്തിലെ വ്യത്യാസങ്ങൾ, നടീനട ന്മാരുടെ മനോധർമ്മം, അവതരണസന്ദർഭങ്ങൾ - ഇവയെല്ലാം ഈ പാഠങ്ങൾക്ക് നൽകുന്ന, ഭാഷ്യങ്ങൾ വിഭിന്നങ്ങളായിരിക്കും. ലിംഗരാഷ്ട്രീയത്തിന്റെ ഒട്ടും സരളമല്ലാത്ത കാലങ്ങളിലൂടെ നീങ്ങുന്ന നമുക്ക് സജിതയുടെ നാടകങ്ങൾക്ക് കൂടുതൽ വേദികൾ ഒരുക്കാം. അവയെ ക്രിയാത്മകമായ സംവാദങ്ങൾക്ക് നിമിത്തമാക്കാം. കാരണം, കാണികളിൽ ഉണ്ടാക്കുന്ന ചലന ങ്ങളിലൂടെയാണ് ഈ നാടകങ്ങൾ തങ്ങളുടെ ദൗത്യം നിർവ്വ ഹിക്കുന്നത്. ∎

www.ingramcontent.com/pod-product-compliance
Lightning Source LLC
LaVergne TN
LVHW041614070526
838199LV00052B/3145